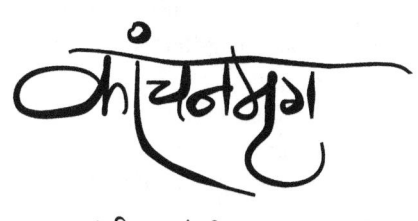

कांचनमृग

(तीन अंकी नाटक)

रणजित देसाई

D9900257

मेहता पब्लिशिंग हाऊस

Please contact us at **Mehta Publishing House,** Pune 411030.
Email : production@mehtapublishinghouse.com
Website : www.mehtapublishinghouse.com

KANCHANMRUG by RANJEET DESAI

कांचनमृग : रणजित देसाई / नाटक

Email : author@mehtapublishinghouse.com

© श्रीमती मधुमती शिंदे / श्रीमती पारु नाईक

मराठी पुस्तक प्रकाशनाचे हक्क मेहता पब्लिशिंग हाऊस, पुणे.

प्रकाशक : सुनील अनिल मेहता, मेहता पब्लिशिंग हाऊस,
१९४१, सदाशिव पेठ, माडीवाले कॉलनी, पुणे - ४११०३०.

अक्षरजुळणी : गार्गी वर्डवर्ल्ड, पुणे.

मुखपृष्ठ : शैलेश मांढरे

प्रकाशनकाल : फेब्रुवारी, २००० / ऑक्टोबर, २००८ /
पुनर्मुद्रण : सप्टेंबर, २०१९

P Book ISBN 9788171619092
E Book ISBN 9789386175687
E Books available on : play.google.com/store/books
www.amazon.in

'मामा वरेरकर नाट्य संघ, बेळगाव'ने प्रथम
सादर केलेल्या प्रयोगातील कलाकार

सुभाष — श्री. माळगी

देवस्थळी — श्री. अरविंद याळगी

केशव — श्री. शंकर कुलकर्णी

नाना — श्री. अरवंदेकर

श्रीधर — श्री. बाप्पा शिरवईकर

नरेंद्र — डॉ. अशोक साठे

मगनलाल — श्री. प्रवीण जोशी

दिग्दर्शक — श्री. बाप्पा शिरवईकर

नेपथ्य — श्री. विष्णुपंत कुलकर्णी

रंगभूषा — श्री. शंकर बेळगावकर

महाराष्ट्र राज्य नाट्य स्पर्धा १९६६-६७

चौथे पारितोषिक

उत्कृष्ट नाट्यलेखन - प्रथम पारितोषिक

उत्कृष्ट अभिनय - डॉ. अरविंद याळगी (प्रथम)

दिग्दर्शन - श्री. बाप्पा शिरवईकर (तिसरे)

बृहन्मुंबई मराठी नाट्य स्पर्धा दिल्ली ६७-६८

प्रथम पारितोषिक

दिग्दर्शन - प्रथम

वैयक्तिक अभिनय - श्री. अरवंदेकर - प्रथम

श्री. शिरवईकर - द्वितीय

अंक पहिला

(रेडिओवर वाद्यसंगीत चालू आहे. विद्यार्थ्यांच्या मिरवणुकीचे आवाज ऐकू येतात. 'युनिव्हर्सिटीचा धिक्कार असो. पेपर-सेटर्सचा धिक्कार असो. विद्यार्थी संघाचा विजय असो.'

हे चालू असता पडदा उघडतो. घोषणा लांब गेल्याचा आवाज येत-येत नाहीसा होतो. संध्याकाळची वेळ आहे. साडेचार वाजता केशव गॅलरीतून बाहेर डोकावत आहे. तो घाबऱ्या घाबऱ्या मागे फिरून, 'नाना-बाईसाहेब' अशा हाका मारतो. घरी कोणी नाही, हे लक्षात येताच धावत दार उघडून बाहेर येतो. रंगभूमीवर कोणी नाही. फक्त वाद्यसंगीत ऐकू येत राहते. थोड्या वेळाने देवस्थळी व केशव जखमी सुभाषला घेऊन येतात. सुभाषच्या डोक्याला एक लहानशी जखम झाली आहे. शर्ट फाटलेला. जखमेतून गालावर ओघळलेले रक्त.)

सुभाष : सोडा, सोडा मला. काही झालं नाही मला. हातात काठी असती, तर त्या इन्स्पेक्टरचा खूनच केला असता. माजलेत लेकाचे. देश स्वतंत्र आहे, म्हणावे. बोनाफाईड सिटीझन्सवर लाठ्या चालवता? विद्यार्थी म्हणजे गुरं वाटली?

देवस्थळी : अरे, हो, हो. केशव, जा, पाणी आण. भाऊराव, जरा स्वस्थ बसा पाहू.

सुभाष : स्वस्थ बसू? वेळ कसली आहे आणि स्वस्थ काय बसता?

याचे परिणाम भयंकर होणार आहेत. साऱ्या भारतात हा हरताळ पसरेल. राष्ट्रीय समस्या उभी राहील, तेव्हा डोळे उघडतील. जेव्हा ते करू, तेव्हाच स्वस्थ बसू.

देवस्थळी : ते नंतर करा; पण यंदा बी.ए.चं शेवटचं वर्ष.

सुभाष : मारो गोली. एवढी बिकट समस्या...

(केशव पाणी घेऊन येतो. देवस्थळी पाण्याचा पेला सुभाषच्या हातात देतो.)

देवस्थळी : पाणी घ्या. *(सुभाष त्वेषाने पेला घेतो. घटाघटा पाणी पितो.)*

केशव : कुठं मारामारी केली, वो भाऊराव?

सुभाष : मारामारी? अरे, लढाई म्हण, लढाई.

केशव : लढाई? *(आश्चर्याने आ वासतो.)* सुरू झाली?

सुभाष : अलबत!

केशव : काय सांगतीव? *(रडू लागतो)* आता, वो? कसं व्हनार माझं? माजी द्रुपदी, माझा शिरप्या...

सुभाष : चूप. इथं आग पेटलीय आणि तू, साला, रत्नागिरीच्या द्रुपदी आणि शिरप्याच्या नावानं कोकलतोस.

केशव : आग लागली?

देवस्थळी : *(हसत)* अरे केशव, कसा भित्रा रे तू! अरे, लढाई, आग काही नाही. मघा मिरवणूक गेली ना, मुलामुलींची, थोडी दंगल झाली... पोलिसांनी लाठी चालविली. त्या धावपळीत भाऊराव जखमी झाले. तरी बरं, मी इकडंच येत होतो.

केशव : भाऊराव, पोलिसांनी मारलंन् तुमानला?

सुभाष : काय बिशाद आहे! कच्चा खाल्ला असता, पण नुसते पोलीस आले, म्हटल्यावर मोर्च्यातल्या पोरी पळायला लागल्या. पळणाऱ्या पोरींच्या पातळात अडकून पडलो. अंगात धैर्यच नाही, तर येतात कशाला मोर्च्यात!

केशव : पातळात अडकून पल्ला, म्हणा की.

(हसतो. सुभाष संतापाने उठतो. देवस्थळी अडवतो.)

देवस्थळी : भाऊराव, त्याला कशाला मारता?

केशव : त्या पोरीचा राग माझ्यावर का काडताव, भाऊराव?

देवस्थळी : अरे, गप! गॅलरीतनं काय दिसणार तुला? मी होतो ना तिथं. पोरी पळत सुटल्या. पाठोपाठ भाऊराव धावले. मागे पोलीस,

पुढं भाऊराव. मला वाटलं, भाऊराव सापडले. तोच भाऊराव धाडकन पडले. पोलिसानं उगारलेली लाठी तशीच होती. यांना लागलेलं पाहून, तो हसत माघारी वळला. बहुधा सर्वोदयी पोलीस असावा.

सुभाष : देवस्थळीकाका, त्या पोलिसानं लाठी मारली असती, तर त्याचा तिथंच मुडदा पाडला असता; पण ते जाऊ द्या. देवस्थळीकाका, तुम्ही त्या पोरीला पाहिलंत काय?

देवस्थळी : कोणत्या?

सुभाष : अहो, अडखळून पडलो जिच्यामुळं, ती काय रोमॅन्टिक सिच्युएशन होती; पण एक्साइटमेंटमध्ये त्या पोरीला पाहताच आलं नाही.

देवस्थळी : काळजी करू नका. आता या मिरवणुका निघणारच ना?

सुभाष : अलबत!

देवस्थळी : मग पुढच्या वेळी नीट पाहून पडा; पण खरं सांगू, भाऊराव? आपल्याला हे आवडलं नाही, हो.

सुभाष : काय आवडलं नाही?

देवस्थळी : लोकशाही आहे, म्हणून असं करायचं? मिरवणूक काढायची, तर काढा; पण रस्त्यावरचे दिवे फोडा, मोटारीच्या काचा फोडा, दुकानांच्या पाट्या तोडा... या दंगलीला काय अर्थ!

सुभाष : आम्ही दंगल केली नाही. यात काही कम्युनिस्टांचा हात असावा, असा दाट संशय आहे.

देवस्थळी : जरी ते गृहीत धरलं, तरी तुमच्या मिरवणुकीनंच त्यांना हा वाव मिळाला ना?

केशव : तर, वो, काय! मी बघितलंन ना. पोरं काय नाचत व्हती. कोकणातल्या शिमग्याची आठवण झाली.

सुभाष : आमच्या मोर्च्याला शिमगा म्हणतोस? अरे, हजारो मुलं कशी शिस्तीत जात होती. या पोलिसांनी चिथावणी देऊन दंगल करायला भाग पाडलं. आम्ही मुलं करतो, तो सगळाच पोरकटपणा, असा या पोलिसांचा समज आहे.

देवस्थळी : छे भाऊराव, तुम्ही पोरं कशी? उद्याच्या राष्ट्राचे भावी आधारस्तंभ तुम्ही. तुम्ही इतके कष्ट घेऊन इंग्रजी शिकता. परीक्षा जवळ आली, की रात्रीचे दिवस करता, ते काय तुम्हाला बेजबाबदार म्हणायचं?

सुभाष	: करेक्ट. अहो, हेच विसरतात लोक. आमचं एक वर्ष म्हणजे काय, साधी गोष्ट? पुन्हा न येणारं वर्ष. अवघड पेपर काढून शहाणपणा दाखवितात. आमच्या डोकेफोडीला काय अर्थ!
केशव	: हे मातुर अगदी खरं, बघा.
देवस्थळी	: *(डोळा मारून)* तुला काय कळतं रे, यातलं? हे घसरले म्हणून पडले.
सुभाष	: पण देवस्थळीकाका, तुम्ही कुठं यात सापडलात?
देवस्थळी	: अहो, मी भाजी घेऊन निघालो होतो. आधीच वेळ झाला होता. घरी यायला वेळ होईल, म्हणून गडबडीत निघालो. तोच तुमच्या मोर्च्याचा लोंढा धावत आला. पळणारी पोरं, पोरी, पोलिसांच्या शिट्ट्या... नुसती तारांबळ उडाली. धक्के बसले. पिशवी पडली. दैना विचारू नका. जाऊ दे. उशीर झाला, जातो. जखमेला बॅन्डेज बांधा. कपडे बदला.
सुभाष	: देवस्थळीकाका, दादांना सांगू नका हं. *(सिगारेट पेटवतो.)*
देवस्थळी	: छे, मी कशाला सांगेन?
सुभाष	: पण चहा तरी घेऊन चला.
देवस्थळी	: नको. घरी जायला हवं. आमची ही... येतो मी.
	(देवस्थळी बाहेर जायला निघणार, तोच उषा धावत येते. तिचा धक्का देवस्थळींना लागतो. धडपडतो.)
उषा	: सॉरी, बघितलं नाही मी.
देवस्थळी	: ताईसाहेब, चालायचंच. मार्केटात भाजी घेतल्यापासून ते इथपर्यंत धक्केच खातोय मी. मुंबईचं जीवन असंच धक्क्याबुक्क्यांचं. येतो मी. ताईसाहेब, भाऊरावांना कुठं लागलं का, ते पाहा. चांगलं बॅन्डेज करा.
सुभाष	: देवस्थळीकाका, बरेच विनोदी दिसता!
देवस्थळी	: अहो, विनोदानं नाही म्हटलं मी... येतो. *(जातो)*
सुभाष	: *(दाराशी जाऊन)* दादांना सांगू नका हं.
	(सुभाष येतो.)
उषा	: काय रे, दादांना काय?
सुभाष	: अगं हेच.
उषा	: खरंच फार लागलं, वाटतं. अरे, मी पळत होते. तुझ्याकडे

पाहायला धीरच झाला नाही. तो मेला धटिंगण पोलीस लागला मागं.

केशव : कुठं हाय? येऊ दे तर इथं. रस्त्यावर गमजा चालतील, म्हणावं. पन घरात येशील, तर तंगड्या मोडीन.

सुभाष : समजलं. जा आत.

केशव : पन ताईसाहेब, तुम्ही तिला पायलीन् का?

उषा : कुणाला?

केशव : सायेब थडकून पल्ले, त्या बयेला?

सुभाष : *(ओरडतो)* केशव.

केशव : आता हे पन चुकलंच व्हय माझं? तुमीच देवस्थल्यांना इवळून इचारत व्हतासा, की ती पोरगी दिसली काय, म्हनून.

उषा : कुठली पोरगी, काय म्हणतोय हा?

सुभाष : काही नाही गं काहीतरी बोलतोय.

केशव : हां, भाऊराव. काय डोस्कं फिरलंय व्हय माझं? ताईसाब, हेच म्हनाले... काय बरं. रुमॅटीक सिंचन व्हती पन पोरगी बघायला येलच फावला नाय.

(सुभाष हताशपणे बसलेला असतो. उषेकडे पाहायला धैर्य नसतं.)

उषा : सगळे पुरुष सारखेच.

सुभाष : अगं, पण...

उषा : काही सांगू नको. मी जाते.

(सुभाष उठू लागतो. मस्तकात कळ आल्याचे सोंग करतो. कळवळतो, 'आई, गं!' फिरलेली उषा वळते. परत जवळ येते.)

उषा : फार लागलं का रे?

सुभाष : मग रक्त काय उगीच आलं? हां, पुसू नको. ते भूषण आहे.

उषा : असं काय करतोस? औषध लावायला हवं. डॉक्टरांना फोन करू का?

सुभाष : छे, अगदीच बावळट!

उषा : काय झालं?

सुभाष : काय झालं? अगं, जुना जमाना असता, तर तुझ्या जागी असलेल्या स्त्रीनं रक्त पाहताच शालू फाडून चिंधी बांधली असती. अगं, करंगळीला जखम झाली, तर त्या कुणी...

त्या तिनं शालू फाडून चिंधी बांधली... आणि एवढी मस्तकाला जखम झाली, तर डॉक्टरला बोलवायला निघालीय.

उषा : लक्षातच आलं नाही, रे!

सुभाष : केशव, तू का उभा? ॲश-ट्रे आणून दे आणि तू आत जा.

केशव : काय?

सुभाष : अरे, ते सिगारेटची राख झाडायचं भांडं.

केशव : मग तसं सांगा की. उगीच आपलं ॲस ॲस म्हटलं, तर मानसानं काय समजायचं?

(केशव भांडं आणून ठेवतो.)

सुभाष : केशव.

केशव : जी.

सुभाष : चहा करायला वेळ किती लागेल?

केशव : त्याला कसला येल घ्यासवर दोन मिनटांत चहा.

सुभाष : आणि पोहे?

केशव : त्याला मातुर दहा मिनिटं तरी पायजेतच.

सुभाष : आणि सांजा, रे?

केशव : भाऊराव, त्याला येल लागनार, बघा.

सुभाष : मग चहा, पोहे, सांजा हे सगळं तयार करून घेऊन ये. तोवर बाहेर येऊ नकोस, जा.

केशव : समजलं.

सुभाष : काय?

केशव : कलाकभर बाहीर यायचं नाय, हेच नाय?

सुभाष : पडला एकदाचा उजेड, जा.

(केशव जातो. सुभाष, उषा हसतात.)

उषा : तुझा केशव टिपिकल आहे, बघ.

सुभाष : टिपिकल, पक्का कोकण्या आहे तो. माडासारखा! उभा असलेला दिसत नाही; पण वरून मात्र सगळं पाहतो.

उषा : म्हणून त्याला आत घालवलास, होय? पण त्यासाठी सांजा, पोहे कशाला करायला सांगितलेस?

सुभाष : अगं, जरा निवांतपणे बोलता येईल आणि सकाळपासून ओरडून ओरडून घसा सुकला. पायपिटीनं पाय भेंडाळले.

सडकून भूक लागलीय, बघ.

उषा : तू खा, बाबा; पण मला काही नको.

सुभाष : बाकी आता माझीही भूक गेलेय म्हणा.

उषा : ती कशानं?

सुभाष : अगं, तू समोर आलीस ना. तहानभूक हरपली.

उषा : हुजूर! कपडे बदलून या, नाहीतर दादा अवचित आले, तर बिंग फुटेल.

सुभाष : ठीक आहे, जसा हुकूम. आत्ता कपडे बदलून येतो.

(आतून 'अगं, काही विशेष लागलं नाही, जरा खोक पडलेय... थांब हां. जाऊ नको. ला..ला.. ला... लाली... ला....ला....' जरा गुणगुणतो. केसांवरून कंगवा फिरवत गुणगुणत बाहेर येतो.)

सुभाष : *(बाहेर येत)* महाकवी दाग काय म्हणतो, माहीत आहे? तो म्हणतो -
बहताही जा बहताही जा ऐ दिल मामूस
दर्या में मोहबत के किनारे नहीं होते.
समजलं?

उषा : सांग ना.

सुभाष : दाग म्हणतो, हे निराश हृदया, तू वाहतच जा. वाहत जा, कारण प्रीतीच्या नदीला किनाराच नसतो मुळी. मग प्रवाहात वाहत जाणं एवढंच हाती असतं.

उषा : पण त्यांचंही सुख असतंच ना?

सुभाष : असतं ना! जगात ही एवढीच एक व्यथा अशी आहे, की जिचा माणसाला कंटाळा येत नाही. या व्यथेचं दुःख भोगण्यातही समाधान असतं. *(उषा भारावते. सुभाष जवळ जातो.)* का बोलत नाहीस?

उषा : असं ऐकलं, की वाटतं, नुसतं ऐकतच राहावं. सारी स्वप्नं साकार झाल्याचा भास होतो.

सुभाष : हे स्वप्नं नाही, उषा. ही हकिकत आहे. प्रेमाची झुळूक अशी असते. त्या झुळकेचं वादळ बनायला फारसा वेळ लागत नाही.

उषा : तू जवळ असताना मला त्या वादळाची भीती वाटत नाही.

ज्या लतेला वृक्षाचा आधार असतो, ती वादळाला भीत नसते.

सुभाष : तुझा मायनर विषय मराठी आहे ना, गं?

उषा : हो. का?

सुभाष : तरीच ही काव्याची भाषा तुला सुचायला लागली.

उषा : हो. आम्ही बोलतो, ते पुस्तकी आणि तुम्ही बोलता, ते मनातलं.

सुभाष : चिडलीस. तुला संताप कसा येतो, तेच कळत नाही.

उषा : मी म्हणजे काय माणूस नाही?

सुभाष : तसं नव्हे, गं. नकट्या माणसांना राग असतो, म्हणतात. मग एवढं चाफेकळीसारखं नाक असता राग कसा, याचं आश्चर्य वाटतं.

उषा : *(हसते)* वाटू दे. मी नकटी नाही आणि रागीटही आहे. काय करणार आता?

सुभाष : *(कपाळाला हात लावून)* करणार काय? आलीया भोगासी असावे सादर.

उषा : जुलमाचा रामराम हवा कशाला? सोडून टाक ना माझा नाद.

सुभाष : *(दचकून)* हां, उषा. थट्टेतसुद्धा असं बोलू नकोस. अशुभ थट्टेतसुद्धा बोलू नये. दैवाला चांगलं ऐकायला गेलं नाही, तरी अशुभ मात्र पटकन ऐकू जातं आणि ऐनवेळी ते तथास्तु म्हणून मोकळं होतं. उषा, प्रेम करू, म्हणून करता येत नाही. ते घडतं. होऊन जातं.

उषा : खरंच सुभाष, आपलं काय होणार, रे?

सुभाष : काय होणार? आपलं लग्न होणार. सुखाचा संसार होणार. मिळून जग पाहू. जीवनाचा अर्थ समजावून घेऊ. सुखात, दु:खात एकमेकांचे साथीदार होऊ.

उषा : स्वप्नं किती लवकर आकार घेतात. खरंच सुभाष, भावी जीवनाचं चित्र किती देखणं आहे. ते डोळ्यांसमोर उभं राहिलं, की स्वर्ग हाती आल्याचा भास होतो; पण तुझे आई-वडील मला स्वीकारतील का?

सुभाष : मला ती काळजी नाही. आमचं घर आदर्श आहे. तुला इतकंच घनिष्ठ आहे. आई-दादांना हे मान्य नसतं, तर त्यांनी तुला या घरात येऊच दिलं नसतं. झालाच विरोध, तर तो

तुझ्या घरातून होईल.

उषा : मुळीच नाही व्हायचा. ममी-डॅडी दोघेही कॉस्मॉपॉलिटन आहेत. माझ्या इच्छेविरुद्ध ते मुळीच जायचे नाहीत. उलट डॅडी परवाच म्हणत होते.

सुभाष : काय म्हणत होते?

उषा : सुभाष मोठा गुणी पोर आहे. स्टूडिअस आहे. बापासारखा कर्तृत्ववान निघेल.

सुभाष : खरंच आहे ते. *(पोझ घेतो.)*

उषा : *(हसून)* पुरे. समजलं.

(दोघेही हसतात. सुभाष घड्याळ पाहतो.)

सुभाष : आई जाताना म्हणाली होती, सहापर्यंत येईन म्हणून. ती आली, की चटकन सटकायचं. नाहीतर परत रंगरंगोटी करायला लागशील.

उषा : म्हणजे काय. मी अशीच येऊ?

सुभाष : का? त्यात काय बिघडलं? छान आहेत कपडे. मला ठीक वाटले. काम झालं. जगाचा काय संबंध?

उषा : तू एवढ्यात हक्कदेखील गाजवू लागलास की! आपल्या संसारात हे नाही खपायचं. आधीच सांगते, आमच्या ममीनं सांगितल्याशिवाय डॅडी पाऊल पुढं टाकत नाहीत.

सुभाष : मग त्यांना एच.पी.एच. क्लबचा मेंबर व्हायला सांग.

उषा : एच.पी.एच. क्लब?

सुभाष : हो. हेन पेक्ड हजबंड्स क्लब. बाईलवेड्या नवऱ्यांचा क्लब. आपल्याला बुवा, हे जमणार नाही.

उषा : मलाही गुलामगिरी खपणार नाही.

सुभाष : आपोआप खपेल.

उषा : यू ब्रूट! बरं झालं, आताच तुझे विचार कळले. मला परत विचार करावा लागेल.

सुभाष : कसला?

उषा : तुझ्याशी लग्न करायचं, की नाही याचा!

सुभाष : *(हसतो)* भीक मागत नाही मी. अशी हाताला धरून फरफटत नेईन बोहल्यावर.

(त्याच वेळी बेल वाजते. सुभाष हात सोडतो.)

उषा	:	का? बोहल्यावर नेणार होतास ना?
सुभाष	:	मला काय माहीत, ऐनवेळी तिथं बेल वाजेल, म्हणून.
		(सुभाष दार उघडायला जातो. दार उघडंच असते. नाना काही न बोलता आत जातात. सुभाष दार लावून परत येतो.)
सुभाष	:	दार उघडंच होतं. त्या बावळट देवस्थळीकाक्यानं ओढून घेतलं नाही वाटतं. दार उघडं होतं, तर नानांनी बेल का वाजवली?
उषा	:	नानांनी ऐकलं तर नसेल?
सुभाष	:	ऐकलं असेल, पाहिलंही असेल. जे होईल, ते खरं. आता नाना आल्यावर धडगत राहील, असं दिसत नाही.
उषा	:	मी जाते, बाबा.
सुभाष	:	छे. आता जाऊन मुळीच चालायचं नाही. उलट, नानांना संशय येईल.
		(त्याच वेळी नानांचं खाकरणं ऐकू येतं. दोघे खाकरतात. नाना कोट-टोपी काढून आत येतात. हातात सुताचा हार असतो. ते दोघांकडे पाहतात. गांधीजींच्या फोटोकडे जातात. फोटो उंचीवर असतो. हात पुरत नाही. नाना वळतात.)
नाना	:	सुभाष, एवढा हार घाल, बघू. हात पुरत नाही.
		(सुभाष हार घेतो. गांधींच्या फोटोला घालतो. नाना हात जोडतात. नि:श्वास सोडून कोचावर बसतात.)
नाना	:	ही मुंबई म्हणजे अजब आहे, बुवा. अरे, या मुंबईत मिळतं तरी काय? एक सुताचा हार मिळवायला कोण मारामार आणि मिळाला, तर किंमत किती! रत्नागिरीत चार आणे पुष्कळ झाले. इथं त्याला सव्वा रुपया आणि आज घरात कोणी नाही वाटतं?
सुभाष	:	*(चाचरतो)* अं. आहे ना. आपला के... केशव. बोलावू?
नाना	:	हो.
सुभाष	:	केशव.
		(केशव येतो. बावळटासारखा उभा राहतो.)
सुभाष	:	आत काय करतोस?

केशव	: *(आश्चर्यचकित होऊन)* आता तुमीच सांगितलासा, की कलाकभर बाहीर येऊ नको, म्हणून.
	(केशवचं लक्ष नानांकडे जातं. तो जीभ चावतो.)
नाना	: केशव, पाणी आण.
केशव	: जी. *(म्हणत आत जातो.)*
नाना	: या मुंबईत तहान भारी लागते. काय उकाडा! छे! कसे राहतात हे लोक, देव जाणे.
सुभाष	: नाना, आज हार बरा आणला?
नाना	: अरे, आज नऊ ऑगस्ट ना? तुला माहीत नाही. तेव्हा तुझा जन्मही झाला नव्हता. तुझ्या दादाचं-श्रीधरचं नुकतंच लग्न झालं होतं आणि मुंबईला ८ ऑगस्टला बापूजींनी 'चले जाव'ची घोषणा दिली. सारा देश खडबडून जागा झाला. तुझ्या वडिलांनीही चळवळीत उडी टाकली होती.
सुभाष	: नाना, तुम्ही गांधीजींना पाहिलंत?
नाना	: अरे, बापूजीच काय? टिळकांनादेखील पाहण्याचं भाग्य लाभलंय मला. टिळक मुंबईला आले होते, तेव्हा आम्ही त्यांचे पाय लागावेत, म्हणून फुलांचा सडा टाकत असू आणि त्या पदस्पर्शानं पवित्र झालेली फुलं जतन करीत असू. ती फुलं आजही माझ्याजवळ आहेत. गेले ते दिवस! तशी माणसं आता पाहायलासुद्धा सापडणार नाहीत. त्या दिवसांबरोबरच ती माणसंपण गेली.
	(दीर्घ निःश्वास सोडून नाना बसतात. एकदम त्याच्या डोक्याच्या जखमेकडे लक्ष जाऊन विचारतात.)
नाना	: तुझ्या कपाळाला रे हे काय लागलं?
सुभाष	: *(दचकून गोंधळतो.)*
उषा	: *(सावरीत)* आता येताना जिन्यावरून पडले ते.
सुभाष	: हो. हो ना. म्हणजे दोन दोन पायऱ्या सोडून जिना चढताना मधा घसरून पडलो. थोडंसं लागलं, झालं.
नाना	: *(हेतुपूर्वक)* हो, पायरी सोडून वागलं, की असं घसरून पडणारच आणि काय रे, तुला आज कॉलेज नव्हतं का?
सुभाष	: नाही, नाना. आज धी डे आहे ना.

नाना	:	धी डे? ही काय भानगड? तुम्हीही नऊ ऑगस्ट साजरा करता का?
सुभाष	:	तसं नाही नाना; पण गेल्या वर्षी पेपर्स अवघड काढले होते ना!
नाना	:	मग?
सुभाष	:	त्याच्या निषेधार्थ हा दिवस पाळला जातो. आज सकाळी कॉलेजेस बंद.
नाना	:	पेपर अवघड काढला, म्हणून?
सुभाष	:	नाना, आज तुम्ही कॉलेजसमोर असायला हवं होतं. केवढी मोठी मिरवणूक निघाली होती.
उषा	:	अगदी धम्माल उडाली, नाना.
नाना	:	काय म्हणालीस? धम्माल, हा कुठला शब्द?
सुभाष	:	(हसतो) नाना, आजचं मुंबईतलं चालू नाणं आहे ते.
नाना	:	नवीन नाण्याइतकंच तकलुपी दिसतं. काय शब्द, काय रिवाज. अरे, रस्त्यावरून जाताना पाठमोरी पोरं-पोरी ओळखू येत नाहीत. म्हणे धम्माल! कमाल आहे तुमची!

(सुभाष आणि उषा हसतात.)

सुभाष	:	नवीन गोष्टीचं स्वागत नव्या दृष्टीनंच करायला हवं, नाना. असं कॉन्झर्वेटिव्ह राहून कसं चालेल?
नाना	:	काय म्हटलंस? कॉन्झर्वेटिव्ह?
सुभाष	:	म्हणजे जुन्या मताचे.
नाना	:	ते समजलं. अरे, खरे नवमतवादी आम्ही. तुम्ही काय नवे विचार घेता आणि घेतला! उंदीर खुडबुडला, तर पोरीचा धरलेला हात सोडणारे तुम्ही.

(उषा-सुभाष चपापतात.)

नाना	:	का? एवढं दचकायला काय झालं? कुणाचा हात धरला होतास, की काय?
सुभाष	:	छे, नाना. आपलं तुम्ही म्हणत होता... नवमतवादी... म्हणून आश्चर्य वाटलं.
नाना	:	त्यात आश्चर्य कसलं आलंय. इट इज ए स्टेटमेंट ऑफ फॅक्ट. त्रिकालाबाधित सत्य आहे ते.

सुभाष	: काहीतरीच नाना तुमचं.
नाना	: अस्सा बायकांसारखा लचकू नको. नीट बोल. अरे, आठव. जेव्हा शिवाजी महाराज की जय म्हटलं, तर मस्तकं फुटत होती, तेव्हा प्रथम ती घोषणा कुणी केली? स्वराज्य हा शब्द उच्चारला, तरी जेव्हा देशद्रोह ठरत होता, तेव्हा बाळ गंगाधर टिळकांनी स्वराज्य हा माझा जन्मसिद्ध हक्क आहे, असं ठासून सांगितलं. महात्मा फुल्यांनी, रमाबाई रानड्यांनी उपहास, टीका, नालस्ती सहन करून अस्पृश्योद्धाराची, स्त्री-शिक्षणाची मोहीम काढली. नाहीतर ही उषा आज कॉलेजमध्ये जाताना दिसली असती काय? गोखले, रानडे, आगरकर, टिळक, चिपळूणकर, फुले... अरे, किती नावं घ्यावीत! राष्ट्रीय समस्यांना तोंड देण्यासाठी उभे ठाकलेले हे नवमतवादी आणि आजचे तुम्ही नवमतवादी. अरे, हिमालय आणि मुंग्यांचं वारूळ एवढं अंतर वाटतं रे. तुमचा नवमतवाद दिसतो कुठं? ड्रेनेज पाईप पॅन्टमध्ये!
सुभाष	: अहो नाना, ड्रेनेज पाईप पॅन्ट नव्हे. ड्रेने पाईप.
नाना	: तेच ते. सुधारणा दिसते जीनमध्ये. काय गं, खरं आहे ना? आता फक्त राहिलेय जी. तेवढं कर, म्हणजे झालं.
उषा	: काय बिघडलं हो घातल्या आम्ही तंग विजारी, म्हणून? आमच्या सुधारणांना नाक मुरडायची सवयच आहे तुम्हा जुन्या लोकांना.
नाना	: पण, पोरी, त्यादेखील सुधारणा तुमच्या नव्हेत हं.
उषा	: अय्या, मग त्याही तुमच्याच?
नाना	: अलबत! अगं, तुम्ही विक्षिप्तपणाची थेरं काय करावीत?
सुभाष	: म्हणजे? तुमच्या वेळीही ही थेरं होती, की काय?
नाना	: तर! अरे, डोक्याला हॅट, अंगात कोट, शर्टवर टाय आणि पायांत धोतरजोडा घालून त्रिपुंड्र लावून फिरणारे सुधारक तू पाहिले नाहीस, म्हणून या गोष्टी, राजा. इंग्लंडचा राजपुत्र दरबारला आला, तर त्या राजपुत्रासमोर जोतीराव फुले कसे उभे राहिले, माहीत आहे? राजवैभवानं झळाळणाऱ्या त्या पारतंत्रीय मेळाव्यात जनतेचे प्रतिनिधी म्हणून नुसती लंगोटी आणि खांद्यावर कांबळं टाकून, हातात काठी घेऊन जोतीराव गेले! असलं धाडस नवमतवाद्यांना लागतं. पेपरमधले आठ

प्रश्न सोडवायचे होते, तर सर्व प्रश्न सोडवून कोणतेही आठ तपासा, म्हणून लिहिणाऱ्या टिळकांची आठवण ठेवा. पेपर अवघड, म्हणून कॉलेज बंद ठेवणारे तुम्ही. तुम्ही कशाला नवमतवादाच्या गप्पा कराव्या?

(दाराशी बेल वाजते. सुभाष गडबडीने जाऊन दार उघडतो. मंदाकिनी व मिसेस सालकर आत येतात.)

मंदाकिनी	:	आले नाहीत ना साहेब? *(सुभाष नकारार्थी मान हलवितो.)*
मि. सालकर	:	आणि उषा, तू केव्हा आलीस?
उषा	:	मघाशीच आले. तू लवकर येशील, असं वाटलं.
मि. सालकर	:	झाला बाई, थोडा उशीर खरा.
मंदाकिनी	:	उषा, बघ, काय आणलंय ते!

(उषा डबा उघडते. आतून ऑटोमॅटिक क्रशर निघतो.)

उषा	:	हाऊ क्यूट. ममी, आपल्याचसारखा आहे ना.
मंदाकिनी	:	अगं, तुझ्याच घरी पाहिला होता. तेव्हापासून मनात होतं. म्हटलं, घेऊन टाकावा. नाहीतर फळं आणायची, रसाच्या भांड्यावर घासायची, रस गाळायचा! छे! भारीच कंटाळवाणं. अगं, तुझी ममी होती, म्हणून स्वस्त मिळालं. नाहीतर फॉरेनचा क्रशर अडीचशे रुपयांत कसा मिळणार?
नाना	:	पण सूनबाई, एवढा वेळ वाचवून रिकाम्या वेळेचं करणार काय?
मि. सालकर	:	का? बायकांना वेळ मिळाला, तर क्लबला जाता यायचं नाही? सोशल वर्क व्हायचं नाही?
नाना	:	घरात मुलं चांगली वाढवणं, नवऱ्याची काळजी घेणं, त्याला उत्साह देणं, हे सोशल वर्कच आहे की.
मि. सालकर	:	नाना, तुमचे हे विचार ठीक आहेत. एका जमान्यात चालतही होते. आता उषासारखी फॉरवर्ड मुलगी या तुमच्या सोशल वर्कमध्ये का रमणार आहे?
सुभाष	:	ममी, तुमच्याकडे एक काम होतं.
मि. सालकर	:	माझ्याकडे?
सुभाष	:	हो. जहांगीर आर्ट गॅलरीत प्रदर्शन आहे. आम्ही पाहायला जाऊ?
मि. सालकर	:	हाऊ ओबीडिअन्ट. जा ना; पण लवकर या आणि कोण आहे?

सुभाष	: आणि...
नाना	: मी येतो ना. पाहू, काय, समजतं काय. येऊ ना?
उषा	: *(अडखळते)* चला ना.
नाना	: थांबा. कोट-टोपी घालून येतो. *(नाना जातात)*
मंदाकिनी	: मिसेस सालकर, एक विनंती आहे.
सालकर	: आणखीन काय?
मंदाकिनी	: आज आपला क्रशर तुमच्या हातांनं बसवायचा. आपल्या किचन-टेबलावरच बसवू. कसं?
सालकर	: भारीच फॉर्मॅलिटी पाळता, बाई. बरं, चला बसवून देते.
	(दोघी जातात. उषा-सुभाष हातवारे करतात.)
सुभाष	: *(उषेकडे पाहून)* चला ना. आता कसं?
नाना	: *(बाहेर येतात. इकडेतिकडे पाहतात)* काही घाबरू नका. मी तुमच्याबरोबर येत नाही. मी जाईन चौपाटीवर. तुम्ही जा फिरायला.
उषा	: *(आनंदाने)* नाना, आलात तरी चालेल.
नाना	: असू दे. समजलं. चला, तुमच्या मातुःश्रींचा बेत बदलायच्या आत बाहेर पडू.
	(तिघे जातात. मंदाकिनी, मि. सालकर बाहेर येतात.)
मंदाकिनी	: किती सोपं आहे, तरी?
मि. सालकर	: तर काय, आता एक ओव्हन, फ्रीज आणि नवी गाडी आली, की सध्यापुरती सोय झालीच.
मंदाकिनी	: छे, बाई. हे आमच्या पंचवार्षिक प्लॅनमध्येसुद्धा बसायचं नाही. खरं सांगू? आता क्रशर घेतला ना, ते ऐकूनच काय म्हणतील, याची भीती वाटते.
सालकर	: त्यात भीती कसली, एवढा मोठा ऑफिसर, त्याला हे नको? प्रेस्टीज काही दाखवलं पाहिजे ना?
मंदाकिनी	: सारखी ओरडते, तेव्हा कुठं काही घडतं. तेव्हाच म्हणत होते, नवी गाडी घेऊ या. तर घेतलं, ते जुनं घोंगडं! दर चार दिवसांनी गॅरेजला जाते.
सालकर	: चार वर्षांचा बसचा खर्च गाडीएवढाच येतो, म्हणावं.
मंदाकिनी	: बसा ना.

सालकर : *(कोचावर बसतात)* मंदाकिनी, एक सोफा-कम-बेड घ्या ना. काय शोभा येते त्यानं.

मंदाकिनी : घेऊ ना. या शॉपिंगचा भारी स्ट्रेन येतो बाई.

सालकर : उषा गेली, वाटतं?

मंदाकिनी : तुम्ही परवानगी दिलीत. मग राहतात कशाला?

सालकर : आमची उषा एकदम शार्प आहे. पाहा ना, पुढच्या वर्षी ग्रॅज्युएट होईल. आता आम्ही तिला फॉरेनला पाठवायचं ठरवलंय.

मंदाकिनी : आमचा सुभाषदेखील फॉरेनला जाणार, म्हणतो. आम्हीसुद्धा त्याला फॉरेनला पाठवावं, म्हणतो.

सालकर : अगदी बरोबर. मी सांगते ना. इथं सगळं अगदी इंडियन झालंय. फॉरेन काही राहिलंच नाही. तरी उषाला कॉन्व्हेंटमध्ये घातली, म्हणून एवढी तरी दिसते.

मंदाकिनी : रत्नागिरीला कुठलं आलंय कॉन्व्हेंट; पण मिस्टर लक्ष ठेवायचे, सारखं इंग्रजी बोलायचे, म्हणून तर हुशार झाला. *(बेल वाजते.)*

मंदाकिनी : *(उठत)* आले, वाटतं.

सालकर : *(उठत)* मी जाते आता. हेही घरी येतील.

(दार उघडले जाते. श्रीधर प्रवेश करतो. मि. सालकर नमस्कार करतात. श्रीधर नमस्कार करतो.)

श्रीधर : का... चाललात?

सालकर : फार वेळ झाला. मिस्टर आले असतील.

श्रीधर : त्यांना माझा नमस्कार सांगा. दोन दिवसांपूर्वी क्लबवर भेटले होते. एकदा त्यांना घेऊन या ना!

सालकर : क्लब सोडला, तर कुठं कुणाकडे जात नाहीत. आय.ए.एस. आहेत ना, त्यामुळं ते बरंही दिसत नाही. तुम्हीच या ना सवडीनं.

श्रीधर : येऊ ना.

सालकर : बरं येते. *(सालकर जातात. दार लावून श्रीधर येतो.)*

श्रीधर : पाहिलंस? केवढी घमेंड आहे, ती?

मंदाकिनी : कसली घमेंड?

श्रीधर : अगं, सालकर आयएएस केडरचे ऑफिसर. ते आमच्या घरी कसे येणार?

मंदाकिनी	: माझ्या लक्षात नाही आलं, बाई!
श्रीधर	: नाना कुठं गेले?
मंदाकिनी	: बाहेर गेलेत.

(श्रीधर बूट काढीत असतो. मंदाकिनी आत जाऊन सरबताचा ग्लास घेऊन येते. श्रीधर ग्लास तोंडाला लावतो.)

श्रीधर	: व्वा. किती बरं वाटलं. हा नारंगीचा रस कोठून आला? टिन्स आणलेत काय?
मंदाकिनी	: छे, ताज्या नारंगीचा रस आहे हा.
श्रीधर	: एवढा गार?
मंदाकिनी	: बर्फात ठेवला होता. रागावणार नसाल, तर सांगते.
श्रीधर	: काय?
मंदाकिनी	: आज बाजारात गेले होते. आपल्या मिसेस सालकर आहेत ना, त्यांच्या ओळखीनं एक फ्रूट-क्रशर मिळाला. अवघे अडीचशे पडले. जर्मन मेड होता. राहवलं नाही. घेतला.
श्रीधर	: तेवढ्यासाठी एवढं ओशाळं व्हायचं काय कारण आहे? मी का नको म्हणतो? पण आपला खर्च आणि आवक यांचा ताळमेळ नको का?
मंदाकिनी	: तो आपोआप बसेल. मि. सालकर असंही म्हणत होत्या, की एक फ्रीज, एक ओव्हन आणि एक नवी गाडी घ्या, म्हणून! त्यांना बोलायला काय जातं? क्रशर घेतला, म्हणून रागावला नाही ना?
श्रीधर	: नाही गं, मुळीच नाही. निदान आज तरी कसा रागावेन?
मंदाकिनी	: आज काय?
श्रीधर	: आज नऊ ऑगस्ट, आठवतं... बेचाळीसचं साल? तुझा काहीसा विरोध असतानाही मी चळवळीत उडी घेतली. त्यानंतर आपल्या आयुष्याची कोण वणवण झाली. भारत स्वतंत्र झाला. साऱ्या श्रमांचं सार्थक झाल्याचा तो क्षण, त्याच निष्ठेनं देशाची सेवा करीत असता आज या जागेला येऊन पोहोचलो. मंदा, तपश्चर्या वाया जात नाही, यावर माझा विश्वास आहे, तो याचमुळं. या माझ्या देशसेवेत तुझी पुष्कळ ओढाताण झाली. आता यापुढं, ते कष्ट तुमच्या वाट्याला यावेत, असं वाटत नाही.

मंदाकिनी	: आज नऊ ऑगस्ट, हे लक्षात आलं नाही. तरीच बापूजींच्या फोटोला हार दिसतोय. नानांनी घातला, वाटतं?
श्रीधर	: हो. त्यांनीच घातला असेल. माझ्या यशात माझ्याइतकाच त्यांचाही वाटा आहे. *(मान टेकून बसतो.)*
मंदाकिनी	: आपण जरा फिरायला जाऊ या का?
श्रीधर	: का?
मंदाकिनी	: नाही, कंटाळलेले दिसता, म्हणून विचारलं.
श्रीधर	: अगं, ही ऑफिसची कटकट. अशीच. सगळं खातं बदनाम झालं, तरी कुणाला खंत नाही. आज एक मोठे गृहस्थ आले होते. चक्क लाच द्यायला उठले भरऑफिसात. सरळ रस्ता दाखवला. ऑफिसची जुनी राड धुऊन काढीपर्यंत जीव नकोसा होतो. अगदी थकून जातो; पण इथं आलं, की सारा थकवा जातो. नवा हुरूप येतो. तुझ्याकडं, नानांकडं पाहून जीवन जगावंसं वाटतं. कष्टांना अर्थ प्राप्त होतो.
मंदाकिनी	: आम्ही सर्व मजा मारतो; पण तुम्हाला किती कष्ट होतात!
श्रीधर	: ते कष्ट नसतात. त्यात आनंद असतो. सुभाषसारखा मुलगा, तुझ्यासारखी पत्नी. नानांसारखे थोर मनाचे वडील आहेत. सुखी संसारात आणखीन काय हवं? कुणीही हेवा करावा, असं समाधान मला आहे. त्यात मी तृप्त आहे.
	(दारावरची बेल वाजते. मंदाकिनी जाऊन दार उघडते. नाना आत येतात. श्रीधर उठतो.)
श्रीधर	: नाना, फिरायला गेला होतात?
नाना	: होय, रे. जरा फिरलं, म्हणजे बरं वाटतं. *(श्रीधर पाया पडतो.)*
नाना	: अरे, हे काय? आज काय आहे?
श्रीधर	: नाना, आज नऊ ऑगस्ट. माझा बालमित्र राघव चळवळीत पडला आणि मलाही त्याच्याकडून स्फूर्ती मिळाली, म्हणून मीही 'चळवळीत जाऊ का', म्हणून विचारायला आलो होतो. तर म्हणालात, 'श्रीधर, अरे, देश संकटात असता असं काय विचारतोस? आई आजारी असली आणि मुलांनी औषध देऊ का, म्हणून विचारलं, तर बाप काय उत्तर देणार? या भूमीचा तू पुत्र आहेस. तिची सेवा कर. माझी काळजी करू नकोस!' आजही ते शब्द आठवतात.

नाना	: ते दिवस आठवले, म्हणजे अंगावर काटा उभा राहतो. रोज गोळीबाराच्या बातम्या कानांवर पडायच्या. केव्हातरी महिना, पंधरा दिवसांनी कोणीतरी नवखा घरात घुसायचा. तू आणि राघव सुखरूप असल्याचं सांगून जायचा. आज राघवची मला फार तीव्रतेनं आठवण होते. परवाच्याच त्याच्या पत्रात त्या जुन्या दिवसांचा मोठ्या अभिमानानं उल्लेख केलाय. तुझ्यासारखाच तोही आज एका मोठ्या हुद्द्यावर आहे. त्याचं राष्ट्रप्रेम आणि कर्तव्यनिष्ठा जागी आहे, हे पाहून फार बरं वाटलं. *(थांबून)* हो, तर ते चळवळीतलं तुमच्यावरचं संकट म्हणजे रोजचं मरण वाटायचं. *(नाना हसतात.)* श्रीधर, अरे, तू जेव्हा प्रकट झालास आणि तुरुंगात गेलास, तेव्हा केवढं सुटल्यासारखं वाटलं.
श्रीधर	: *(हसतो)* खरं तर, आज राघवचं पत्र यायला हवं होतं. ऑगस्ट क्रांतीचं स्मरण करणारं त्याचं पत्र दर वर्षी या दिवशी येतं.
	(बेल वाजते. नाना जाऊन दार उघडतात. नरेंद्र आत येतो. त्याला पाहताच श्रीधरच्या कपाळी आठ्या पडतात.)
श्रीधर	: कोण? नरेंद्र, तुम्ही इथं यायचं कारण काय?
नरेंद्र	: साहेब, आपला विनाकारण राग झाला माझ्यावर.
श्रीधर	: विनाकारण? तुम्ही पैसे खाल्ले नाहीत?
नरेंद्र	: चूक झाली, साहेब.
श्रीधर	: चूक झाली? गेले सहा महिने ज्या शिस्तीनं मी वागतो, ते तुम्हाला माहीत नव्हतं. हेडक्लार्क म्हणवून घेता आणि असलं वर्तन करता? या खात्याच्या लौकिकाची मला माहिती नव्हती? मिस्टर नरेंद्र, तुमच्याबद्दल आजवर तक्रारी ऐकत होतो; पण तुम्ही तरुण आहात, सारं आयुष्य तुमच्यासमोर आहे, याची तुम्हाला नसली, तरी मला जाणीव होती. तुमच्या प्रपंचाची काळजी होती; पण तुम्ही त्याचा निराळाच अर्थ घेतलात. स्वतःला फार शहाणे समजू लागलात. आज तुमच्यामुळं मला मान खाली घालावी लागली. त्या मगनलालला सरळ ऑफिसात घेऊन आलात.
नरेंद्र	: शेठ मगनलाल! त्यांना कोण अडवणार? फार मोठी असामी आहे ती.

श्रीधर : ती आपल्या घरी असेल. ऑफिसात काय? त्या मगनलालचे गगनाला हात लागले असले, तरी तुम्हाला त्याची उसाभर करायला कुणी सांगितली होती? आणि तोही निर्लज्ज माणूस मला ऑफिसात खरेदी करायला उठला होता. अजब धाडस आहे! नाही, नरेंद्र, माझा नाइलाज आहे. मी अनेक वेळा सांगितलं, तुम्ही ऐकलं नाहीत. मी तुमच्याबद्दल वर रिपोर्ट करणार आहे. त्याचं मला दुःख आहे. वास्तविक पाहता तुम्ही माझ्या घरी यायला नको होतं.

नरेंद्र : साहेब, परत हे वर्तन घडणार नाही. आय प्रॉमिस...

(एकदम श्रीधरचे पाय धरतो. श्रीधर मागे सरकतो.)

श्रीधर : हे काय करता? उठा. *(नरेंद्र उठतो. डोळे पुसतो.)*

नरेंद्र : साहेब, नोकरी गेली, तर मुलं उपाशी मरतील. एकदा विश्वास टाकून बघा, साहेब.

श्रीधर : पुसा ते डोळे. नरेंद्र, यापुढं नीट वागा. जा तुम्ही. पाहीन,विचार करीन, पण ही शेवटची वॉर्निंग समजा.

नरेंद्र : उपकार झाले, साहेब. गुड नाईट, सर. *(नरेंद्र जातो. श्रीधर थकून कोचावर बसतो, मागून नाना सावकाश येतात.)*

नाना : श्रीधर, अरे किती संतापतोस?

श्रीधर : काय करू? नाना, हा आत्ता आला होता ना, माझा पी.ए. म्हणवितो. याच्या रूपावर जाऊ नका, पक्का बदमाश आहे. हातोहात पैसा खाण्यात हातखंडा आहे. आजवर आमच्या खात्यात अनेक साहेब आले आणि गेले; पण हा बेटा जागेवरच. खातं फार बदनाम झालं आहे. म्हणून सरकारनं माझी या जागेवर निवड केली आणि माझाच हेडक्लार्क दलाली करतो. यानं केलेल्या राडी धुता-धुता हाल झाले माझे.

नाना : होईल तेवढं करावं, सारा पृथ्वीचा भार आपल्यावर आहे, असं का समजावं? त्यानं मनस्ताप मात्र वाढतो, हातून काही होत नाही.

श्रीधर : नाही, नाना... मी अनुभवलेल्या जीवनामुळं मनाची शांती ढळू न देण्याचा सराव आहे मला. बऱ्यावाईट गोष्टींची पारख मला जमते. फक्त चीड आहे, ती याची. आपलीच माणसं

आपला देश पोखरून काढायला धजतात.

नाना : जगात दोन्ही प्रकृतींची माणसं असतात. जग एकट्या बऱ्यांनी किंवा नुसत्या वाइटानं भरलेलं नाही. एक दिवस धरला तरी त्यातही दिवस आणि रात्रीचा समावेश असतोच ना. आपण चांगलं घ्यावं, वाईट टाकून द्यावं.

श्रीधर : तेच करतोय मी. मी आल्यापासून निम्मं ऑफिस ठाकठीक केलंय थोड्याच दिवसांत. आमच्या खात्याची बदनामी धुऊन ते आदर्श बनलं नाही, तर मला विचारा.

(बेल वाजते. केशव दार उघडतो. नरेंद्र आत येतो.)

श्रीधर : *(उठत)* तुम्ही? परत...

नरेंद्र : माफ करा, साहेब. शेठ मगनलाल आलेत.

श्रीधर : माझ्याकडं?

नरेंद्र : हो. बाहेर उभे आहेत. खाली गेलो, ते शेठ भेटले. येऊ देत ना?

(नाना वर्तमानपत्र उचलून आत जातात. नरेंद्रसह शेठ मगनलाल येतो.)

मगनलाल : नमस्कार.

श्रीधर : नमस्कार, बसा.

मगनलाल : पुन्हा केव्हातरी बसायला येईन. मला फार वेळ नाही. आपल्याला ऑफिसमध्ये बोललोच आहे. आपल्याला स्मरण द्यायला आलो होतो.

श्रीधर : याद द्यायची काय गरज? जर आपलं काम होण्यासारखं असेल, तर जरूर होऊन जाईल.

मगनलाल : *(हातातील काठीशी चाळा करीत)* साहेब, असं म्हणून कसं चालेल? काम झालाच पायजे. काम लय इंपॉर्टंट हाय.

श्रीधर : अस्सं!

मगनलाल : *(खूश होऊन)* साहेब, तुम्ही मनावर घेतला, तर काय होणार नाय? हे झालं, तर पैशाचा पाऊस पाडून दाखवीन. समदा होऊन जायेल. आमचा भला! तुमचा पण भला! आमी पैशाचा पाऊस पाडेल.

श्रीधर : अस्सं!

मगनलाल : दुनिया आमाला मानते, ते उगीच नाय. झूट बोलत नाय... इचारा तुमच्या नरेंद्राला, केम... नरेंद्र? आज हाफ बॉम्बे माझ्या मुठीत हाय... पचीस वर्सांखाली पचीस रुपयांवर बेपार सुरू केला...

श्रीधर : अस्सं!

मगनलाल : तर काय? बालाजी शपथ.

(श्रीधर शांतपणे खिशातून पाकीट काढतो. दहा रुपयांच्या तीन नोटा मगनलालसमोर धरतो.)

मगनलाल : हे काय?

श्रीधर : हे तीस आहेत. पाच रुपये जास्त आहेत. पुन्हा एकदा तोच प्रयत्न करून पाहा ना. हं पंचवीस रुपयांवर लक्षाधीश होणाऱ्यांच्या फार कथा ऐकल्यात मी. लक्षाधीश जरूर होता येतं, पण त्या पंचवीस रुपयांबरोबरच पंचवीस आडमार्गाचे धंदे करावे लागतात. तेवढं ज्ञान आहे मला.

मगनलाल : तेवढी समज पुरायची नाय, सायेब. लाइफचा स्पॅन लय मोठा हाय. दोन डोळे समदा बघू नाय शकत. ते बघायचं म्हटला, तर तेला बालाजीची किरपा लागते. आशीर्वाद लागते.

श्रीधर : कसली बालाजीची कृपा?

मगनलाल : आमी तुमाला मिठाई पाठवून दिली होती, ती नाय मिळाली?

श्रीधर : मिठाई?

मगनलाल : हां. हां. आमच्या घरेलू मानसाबराबर भेजली होती.

श्रीधर : मंदा... *(मंदा येते)*

मगनलाल : नमस्ते, भाभी! *(मंदाकिनी हसून नमस्कार करते.)*

श्रीधर : कोणी मिठाई पाठविली होती?

मंदा : नाही, बाई. मला तर माहीत नाही. मी शॉपिंगला गेल्या वेळी...

श्रीधर : जा तू. केशव... *(केशव येतो.)*

केशव : काय, मालक?

श्रीधर : मघा कुणी काही आणून दिलं?

केशव : नायबा *(एकदम आठवून)* हां. हां. कुणीतरी देऊन गेला बाकस. त्यो काय अजून तितंच हाय.

मगनलाल : तेच ते.

श्रीधर : *(केशवला)* तू जा.

(केशव जातो. श्रीधर उठतो. डब्याचे वेष्टन सोडतो. डबा उघडतो. आतून एक नोटांचं बंडल खाली पडतं.)

श्रीधर : हे काय?

मगनलाल : साहेब, हा पहिला हप्ता, तीन हजार आहेत. काम झालं, की दुसरा असाच मिळेल.

(श्रीधर अवाक होतो. डोळे विस्फारले जातात, चेहऱ्यावर संताप प्रकटू लागतो. त्याची जागा घृणा घेते. डोळे बारीक करीत संयम पाळीत.)

श्रीधर : *(बॉक्स टेबलावर फेकीत)* हे उचला आणि जा.

मगनलाल : तीन हजार कमी वाटतात?

श्रीधर : फार कमी.

मगनलाल : साहेब.

श्रीधर : माझा संताप फार वाईट आहे. तो उफाळायच्या आत निघून जा. नाहीतर...

मगनलाल : नाहीतर काय कराल?

श्रीधर : काय कराल? हे धाडस? पोलिसांना फोन करून बोलवीन. हातकड्या चढवीन. अब्रूचे धिंडवडे निघतील.

मगनलाल : *(हास्य तेच)* कुणाच्या?

श्रीधर : तुमच्या. *(श्रीधर फोनकडे जाऊ लागतो.)*

मगनलाल : बुद्दू आहात! *(श्रीधर वळतो.)*

श्रीधर : काय म्हणालात?

मगनलाल : लहान आहात. इतक सोपं नाही ते. हिंमत असेल, तर उचला फोन. मलाही पाहायचं आहे. कुणाला बेड्या पडतात, ते. फिरवा डायल. *(श्रीधर घुटमळतो. फोन खाली ठेवतो.)* का, थांबलात का?

(श्रीधर मगनलालकडे पाहतो. खिन्नपणे दुबळे हास्य करतो.)

श्रीधर : मगनलाल, तुम्ही मोठे उद्योगपती असाल. मी साधा अधिकारी आहे; पण भलेपणानं सांगतो, ते ऐकाल?

मगनलाल : सांगा ना.

श्रीधर : हे कशासाठी चालवलंय तुम्ही? पैसा मिळवायला हे करावंच

लागतं का? एका जिवाला, एका कुटुंबाला एवढा पैसा लागतो? केवळ स्वार्थाचाच विचार करण्यापूर्वी थोडा देशाचाही विचार करा. अनेक थोर आत्म्यांनी या देशाच्या स्वातंत्र्यासाठी आपले बळी देऊन समृद्ध केलेला हा देश आहे. या देशाची संपत्ती काळ्या बाजाराच्या काळोख्या दरीत कोंडून देशाचं दारिद्र्य वाढवू नका.

मगनलाल	:	*(शांतपणे)* ही वाक्यं ड्रामामंदी लय छान दिसतील!
श्रीधर	:	मगनलाल, डोळसपणानं तुम्हाला पाहता यायचंच नाही का?
मगनलाल	:	*(हसतो)* अंधळ्या माणसानं डोळसपणाच्या गोष्टी ऐकाव्या. फार लहान आहात तुम्ही. जरा डोळे उघडून बघा. काळाबाजार आम्ही करतो आणि तुम्ही नाय करीत? आज हरेक माणसाचे हात काळ्या बाजारामंदी गुंतले आहेत. प्रत्येकाच्या रक्तामंदी हा काळाबाजार आहे. आज लोकांना त्याग नको, स्वार्थ हवा. कोणत्याही मार्गानं मिळवलेला. काळ्या बाजारानं काही घ्यायचं नाही, असं प्रत्येकानं ठरवलं तर काळाबाजार राहील कशाला? सरकारही याला जबाबदार आहे.
श्रीधर	:	सरकार, सरकार काय करणार? सरकार ही काही व्यक्ती नाही. सरकारनं धान्य दिलं, तुम्ही ते गडप करता. अडलेली उपाशी जनता काय करील?
मगनलाल	:	जनता! हं:! या शब्दाला काही अर्थ? जनता आम्ही नाही? तुम्ही नाही? उगीच मोठे शब्द कशाला वापरता? काळाबाजार ही समस्या नाही. ती गरज आहे. तुम्ही जबाबदार अधिकारी आहात. सारा तुमाला कळते. काळाबाजार करणाऱ्याइतकाच तो माल घेणाराही गुन्हेगार आहे. काळाबाजार तुमच्या रक्तात आहे.
श्रीधर	:	पण हे कुठंतरी थांबायला हवं.
मनगलाल	:	खालीपीली देशभक्तांना विचार करायला हा विषय चांगला आहे. मला तेवढी उसंत नाही. तुमच्यासारखे फार पाहिलेत मी. लाखो रुपये आमी गुंतवले, ते अंधळेपणानं. आज तुम्हाला तीन हजार देतो आहे, त्याचा अर्थ कळतो?
श्रीधर	:	कसला अर्थ?
मगनलाल	:	ऐका तर. तुम्हाला हे तीन हजार मिळालेत, याचा खालून कुठून तरी पाच रुपयांपासून सुरुवात होऊन तुमच्यावर कुठंतरी

दहा-पंधरा हजारांवर हे थांबलं आहे. तुम्ही फक्त मधला टप्पा आहात. पायरीचा एक दगड निखळला, म्हणून वाट निकामी होत नाही.

श्रीधर : आणि मी हे नाकारलं, तर?

मगनलाल : हं. नाकारलं, तर? माझं काही बिघडणार नाही. तुमचं मतपरिवर्तन होण्याची वाट पाहण्याइतपत माझेपाशी वखत नाय. माझं काम झालं नाही, तर तुम्ही तुमच्या आजच्या जागेवर राहणार नाही, एवढंच मला माहीत आहे. दुसरा येईल, तो माझं काम करील.

श्रीधर : मगनलाल...

मगनलाल : खामोश! शेठ म्हणा. मला एकेरी नावानं हाक मारण्याचं धाडस अजून कुणाला झालं नाही. ते तुम्ही करू नका. जातो मी.

श्रीधर : *(पैशाकडे बोट दाखवून)* जाताना ते घेऊन चला.

मगनलाल : कुठं पळून जात नाहीत पैसे. राहू देत इथंच. विचार करा. जर हेच करणार असाल, तर या नरेंद्राबरोबर पाठवून द्या. सकाळी दहापर्यंत मला काय ते सांगा. नंतर तुमचा फोन आणि माझा फोन एकमेकांना हवा तसा वापरायला खुल्लमखुल्ला राहील.

(मगनलाल तडफेने निघून जातो. दार आपटल्याचा आवाज येतो. श्रीधर सुन्नपणे उभा असतो.)

नरेंद्र : साहेब... *(हळूहळू श्रीधर नजर वर करतो. नरेंद्रवर स्थिर करतो. तो ओरडतो.)*

श्रीधर : चालता हो. हरामखोर,पाजी...!

नरेंद्र : साहेब, तुम्ही मला नोकरीवरून काढून टाकू शकता. त्याला माझी तयारी आहे.

श्रीधर : मग तसंच समजा आणि जा!

नरेंद्र : जातो; पण त्या आधी काही सांगावंसं वाटतं.

श्रीधर : *(ओरडतो)* मला काही ऐकाचयं नाही!

(मंदा आत येते. भीत भीत म्हणते.)

मंदाकिनी : अहो, असं काय करता? किती संतापता, हवं तर पैसे घेऊ

नका; पण घरी आलेल्या एवढ्या मोठ्या उद्योगपतींचा असा अपमान करणं बरं का?

(श्रीधर तिच्याकडे पाहतो. नि:श्वास सोडतो. नरेंद्र ती संधी घेतो.)

नरेंद्र	: भाभी म्हणतात, ते खरं आहे. साहेब, तुम्ही मगनलालना असं दुखवायला नको होतं. त्यांची ताकद फार मोठी, त्यांचे हात फार लांब आहेत. ते तुमचं हवं ते करू शकतील; पण तुम्ही मात्र त्यांचं काही बिघडवू शकत नाही.
श्रीधर	: तू किती पैसे खाल्ले आहेस?
नरेंद्र	: मी कुठं नाकारतो, साहेब? मला घरदार आहे. बायको आहे. पोरं आहेत. नोकरी घालवून मला परवडायचं नाही.
श्रीधर	: मला असल्या नोकरीची पर्वा नाही. फार तर नोकरी जाईल.
नरेंद्र	: तेवढंच होईल. ते चालेल का, याचा विचार करावा. एका माणसाच्या हट्टानं समाज काही बदलत नाही, ते धाडस आपण करू नये. मला वाटलं, ते सांगितलं, याउपर तुमची मर्जी.

(नरेंद्र जाऊ लागतो. श्रीधर हाक मारतो.)

श्रीधर	: नरेंद्र.
नरेंद्र	: येस, सर...
श्रीधर	: काय म्हणत होतास?
नरेंद्र	: नाइलाजानं बोललो, साहेब. तुमचं मला माहिती आहे. कष्ट करून येत-येत तुम्ही ही जागा मिळवलीत. तुमच्या यशामागं कुणाचा वशिला नव्हता. ते तुमचं कर्तृत्व आहे. वास्तू चढविताना दगडादगडांनी चढवावी लागते. कोसळायला क्षणही पुरा होतो.
श्रीधर	: मग मी काय करावं म्हणतोस?
नरेंद्र	: मी कोण सांगणार, साहेब? नोकरी सोडणं सोपं. ते घडायला वेळ लागायचा नाही. राजीनामा देऊन ते तुम्ही करू शकाल; पण त्यानं काय साधेल? जे तुम्ही केलं नाही, ते दुसरा करील. तुमची नोकरी गेली, तर पुढं काय करणार? पुन्हा नवीन सुरुवात? या वयात? आपण मगनलालना दुखवू नये, असं वाटतं.

(श्रीधर हताश होतो. कोचावर बसतो. नरेंद्र पुढे येतो. नोटा उचलून पेटीत ठेवतो. पेटी टेबलावर ठेवीत तो म्हणतो.)

नरेंद्र : भाभींना सांगा हे नीट ठेवायला. सकाळी येतो, साहेब.

(नरेंद्र जातो. दार ओढून घेतल्याचा आवाज होतो. मंदाकिनी जवळ येते.)

मंदाकिनी : काय ठरवलंत आपण?

श्रीधर : अं? *(उठून येरझाऱ्या घालीत)* मंदा, शक्य नाही. मला असं वाटत नाही. मला असं वाटतं, की हे करण्यापेक्षा सरळ नोकरी सोडावी आणि येईल त्या जीवनाला सामोरं जावं.

मंदा : मला वाटलंच! *(नाराजीने मागं वळते.)*

श्रीधर : काय झालं, मंदा?

मंदा : मी काय तुमच्या बाहेर आहे? सुखाचे दिवस संपले, असं समजेन मी. जीव ओढतो, तो सुभाषपायी... त्याचं काय ठरवलंय?

श्रीधर : सुभाष? त्याचं काय?

मंदा : त्याचं काय? सारं आयुष्य त्याचं पुढं आहे. फॉरेनला जायचं, म्हणतो... त्याला मोठं व्हायचं आहे. *(श्रीधर चमकून तिच्याकडे पाहतो व हताशपणे बसतो.)* हवं तर हे घेऊ नका; पण ही मुंबईतली नोकरी सोडून भागायचं नाही आपलं...

(इतक्यात केशव एक पत्र घेऊन येतो.)

केशव : *(पत्र देत)* साहेब, हे दुपारी आलं होतं. देन्यास इसारलो. (केशव आत जातो.)

श्रीधर : आज राघवच्या पत्राची वाट पाहत होतो. त्याच्या मुलीचंच पत्र आहे. *(फोडतो) (पहिल्या दोन ओळी वाचून मटकन खाली बसतो.)* मंदा, आपला राघव गेला. *(काही क्षण स्तब्धता. मंदाकिनी श्रीधरजवळ जाते. पत्र घेते.)*

मंदा : *(मोठ्याने पत्र वाचते, आतील मजकुराच्या अनुरोधाने श्रीधरचे भाव बदलतात.)*
प्रिय ती. श्रीधरकाकास कुसुमचा नमस्कार...
काका, कसं लिहू आणि काय लिहू? बाबा आम्हाला सोडून गेले. *(गहिवरलेल्या आवाजात)* येथील कंत्राटदारांनी त्यांचा

बळी घेतला. त्यांना आत्महत्या करायला भाग पाडले. त्यांचा त्यांनी सूड घेतला. कुणाच्या नकळत बाबांच्या टेबलाच्या खणात दहा हजार रुपयांच्या नोटा ठेवल्या. पोलिसांनी बाबांना पकडून नेले. जामीन भरून ते सुटले; पण लगेच त्यांना तात्पुरते बडतर्फ करण्यात आले. त्यांची स्थिती वेड्यासारखी झाली. तीन दिवसांपूर्वी त्यांना कोर्टात हजर राहण्याचा आदेश देण्यात आला होता. आपल्या अब्रूची विटंबना होऊ नये, म्हणून त्या दिवशी पहाटे कुणाला न कळत गळफास लावून त्यांनी आत्महत्या केली. आईला लिहिलेल्या पत्रात त्यांनी लिहिलंय, 'मी स्वखुशीने आत्महत्या करीत आहे. या जगात कांचनाचं पाठबळ असेल, त्यांचीच जीत होते. सत्प्रवृत्त माणसं जगायला लायक नाहीत. आधीच त्याचं मानलं असतं, तर हा प्रसंग आला नसता. मी तुम्हा दोघांचा घात करीत आहे. मला क्षमा करा.' काका, आता आम्ही काय करू? आईने जेवणखाण सोडले. काका, आता तुम्हीच आमचे आश्रयस्थान.

तुमची दुर्दैवी मुलगी कुसुम.

(मंदा हुंदके देत रडते. तिला जवळ घेत कसल्यातरी निर्धारानं श्रीधर हसतो.)

श्रीधर : खरं आहे, मंदा. खरं आहे. *(पैशाच्या डब्याकडे पाहत)* ही मिठाई टाकली, तर नोकरी टिकायची नाही. पूजेचा प्रसाद टाकला, तर देव रुष्ट होतात ना! हं माणसं बदलली... देवही बदलले. मंदा, आपल्याला चांगली मोटर घ्यायला हवी. एक सोफा-कम-बेड घ्यायचा आहे, नाही?

मंदा : असं कधी म्हटलंय मी?

श्रीधर : चांगलं राहायचं, तर फ्रीज-ओव्हनही हवा.

मंदा : काय भलतंच बोलता.

श्रीधर : आणि आपल्या एकुलत्या एक मुलाला कॉलेजला जायला त्रास होतो. त्याला लॅम्ब्रेटापण हवी.

मंदा : या सर्वांचा आताच कशाला विचार हवा?

श्रीधर : नाना कुठं आहेत?

मंदा : आपल्या खोलीत वाचत असतील. बोलावू?

श्रीधर	:	अं. नको, नको मंदा, आज नाना नसते, तर किती बरं झालं असतं, नाही?
मंदा	:	काय, झालंय काय तुम्हाला?
श्रीधर	:	*(भकास हसतो)* भिऊ नको. माझी तब्येत ठीक आहे. ही मिठाई ठेवून टाक बघू.
मंदा	:	*(शहारून)* नको ती आम्हाला. आमचं चाललंय ते ठीक आहे.
श्रीधर	:	नाही, मंदा मी रागावलो नाही. राघवनं एकेकाळी मला चळवळीची स्फूर्ती दिली होती. आज त्याच्या बलिदानानं मला नवी दृष्टी लाभली आहे. हे असंच चालायचं. अर्ध आयुष्य ठोकर खाण्यात गेलं. नशिबानं आता मिठाई हाताशी आलीय. ती का म्हणून लाथाडायची? भगीरथाच्या तपश्चर्येनं सगराचे पितर उद्धरण्यासाठी गंगा पृथ्वीतलावर अवतरायला तयार झाली; पण या स्वर्गातून येणाऱ्या रौद्र सौंदर्याला झेलणारं कोणीतरी हवं होतं. श्री शंकरांनी तो भार झेलला. सगराचे पितर उद्धरून गेले; पण आज माझ्यावर कोसळत असलेल्या या मोहरूपी वारांगनेचा भार मला सहन करता येईल का? त्यानं माझे पितर उद्धरतील का? मंदा, घशाला शोष पडला आहे. मघाचं सरबत छान होतं, आणखीन थोडं सरबत देतेस? का वेळ लागेल?
मंदा	:	आता वेळ कसला; क्रशर आहे ना! आत्ता आणते. (मंदा जाते) हाऊ मेनी टाईप्स ऑफ क्रशर्स आर बीइंग इन्व्हेन्टेड? *(श्रीधर उठतो. त्याचे लक्ष मिठाईच्या पेटीकडे जाते. पेटी उचलतो.)*
श्रीधर	:	मिठाई...

(हसतो. त्या हसण्याचे पडसाद चारी बाजूंनी उठतात. श्रीधर दचकतो. त्या अनुरोधाने फिरतो. 'राघव राघव' म्हणून ओरडतो. प्रेक्षकांकडे पाठ फिरवून उभा राहतो.)

(पडदा)

अंक दुसरा

(पडदा वर जातो. पहिल्या अंकाचाच दिवाणखाना. किमती वस्तूंनी व फर्निचरने सजविलेला. कुठेतरी एका बाजूला नरेंद्र मासिक चाळीत बसला आहे. केशव साफसफाई करीत आहे. साफसफाई करीत असता हात दुखून आल्याचे, दमल्याचे दर्शवितो. वेळ : सायंकाळ ६।। वा.)

केशव : छा! अशानं बावळं टिकायचं नाय. *(नरेंद्र वर पाहतो.)*

नरेंद्र : का, रे?

केशव : का? साहेब, या पुसापुशीत निम्मा दिस जातो, नाय का?

नरेंद्र : अरे, एवढ्या किमती वस्तू. बघतो म्हटलं, तरी बघायला मिळायच्या नाहीत.

केशव : ते खरं, पण घरात एकटा मानूस मी. धा हात हाईत मला? उठलं, की पयला गुरर...

नरेंद्र : गुरर...?

केशव : ते रस काढायचं ते!

नरेंद्र : क्रशर म्हण ना.

केशव : ते आमानला काय येतंय. बटन दाबलं की गुरर... सुरू होतं म्हणून गुरर... तो पुसून काढला, की मग तवा पुसायचा.

नरेंद्र : तवा?

केशव : अवं, त्यो जेवान करायचा, वो.

नरेंद्र : *(हसून)* ओव्हन म्हण की!

केशव : तुमीच ओवत बसा. मग आला त्यो फीज. बाईसायेबानला एवढा डाग खपत नाई. सगळं कसं चकचकीत पायजे, तोंड दिसाया होवं. सगलं पायजे; पन करनार कोन? *(फर्निचरकडे बोट दाखवून)* त्याशिवाय बाजार हाय, तो निरालाच.

नरेंद्र : शहाण्या, नशीब समज, अशा घरात राहतोस. अरे, इतर घरांत नुसता फ्रीज बघायला मिळत नाही.

केशव : काय करायचा त्यो फ्रीज? नाव मोठं लक्षान खोटं!

नरेंद्र : का, रे, फ्रीजनं काय केलं?

केशव : नाव घेऊ नका, सायेब तेचं. दलभद्री लक्षन.

नरेंद्र : दळभद्री?

केशव : तर, वो काय? अवो, हे फीज म्हंजे शिलं, खरकटं खायचं लक्षन नाय?

नरेंद्र : बोलतोस काय?

केशव : अवो, मागं सायबानला, बाईसायबानला कसं सगलं ताजं ताजं लागायचं. दररोज ताजं वरण, ताजी आमटी आणि आता? काय ऱ्हायलं, की घाल त्या फीजमध्ये. आमटी ऱ्हायली, घाल फीजात. वरण ऱ्हायलं, घाल फिजात. भात ऱ्हायला, घाल फिजात. म्हनजे शिलंच खायचं नाय?

नरेंद्र : शिळी झाली, म्हणून कधी बायको टाकतोस का, रे?

केशव : *(खिक्कन हसतो. गंभीर होतो)* सायेब, बायको कधी शिळी व्हते का?

नरेंद्र : *(किंचाळतो)* काय?

केशव : हे तुमच्या शहरात होतंय बघा. आमा गरिबानला बायको कवाबी ताजीच.

नरेंद्र : ताजेपण टिकवता येतं, म्हणून बोलतोस, बाबा.

केशव : आमानला काय कलतंय, सायेब? आमी अडानी मानसं; पण मागची सोबा ऱ्हायली न्हाई त्या घराला.

नरेंद्र : अरे, एवढं घरात आलं. पूर्वी बसायला फाटक्या खुर्च्या नव्हत्या, आज घर कसं भरून गेलंय.

केशव : पन कशानं? सायेब, निसत्या सामानानं घराला सोबा नाय येत. घराची सोबा माणसांत हाय. मागंदी घर कसं चिमणीवाणी सारखं चिवचिवायचं. बाईसाब, मालक, नाना, भाऊराव सांजचं बोलत बसलं, तर बघून आनंदानं डोळं भरून जायचं. अवो,

पाटावर पंगत बसली, तर जेवण कलाकभर चालायचं. हे टेबल आलं आणि सगल्यांचं पाय अधांतरी. एकाचा पाय जमिनीवर लागला, तर शपथ. मालकांचं खान्या-जेवनात ध्यान नाय. बाईसाब बगावं तवा सालकर बाईसंगं. भाऊराव बोलायला गेलं, तर अंगावर येत्यात. बिचारा नाना धा वर्सांत खंगला नव्हता, त्यो या वर्सात ढासळला.

नरेंद्र : नव्या जीवनाची सवय होईपर्यंत हे असं व्हायचंच.

केशव : अवो, दारूचा पयला पेला पिन्याअगुदरच इचार करायचा! मग कसला करताय? *(नरेंद्र गोंधळतो. उत्तर सुचत नाही.)*

नरेंद्र : तुला ते कळायचं नाही. जा, कामाला लाग.

(आतल्या दाराने आवाज येतो. सौ. सालकर व मंदाकिनी प्रवेश करतात. मंदा बाहेर जाण्यासाठी उंची पातळ नेसली आहे. ओठांना लिपस्टिक आहे. केसांची रचना अद्ययावत आहे.)

मंदा : नरेंद्र, तुम्ही केव्हा आलात?

नरेंद्र : *(उठत)* मघाशीच आलो. साहेब कामात आहेत?

मंदा : नाही. वॉश घेताहेत. येतील एवढ्यात. चहा घेतलात, की नाही?

नरेंद्र : तशी काही गरज नव्हती.

मंदा : केशव, चहा दिला नाहीस? यांना चहा दे. मला पाणी घेऊन ये.

(केशव जातो. पाण्याचा पेला घेऊन येतो.)

मंदा : कितींदा सांगायचं तुला, केशव? असं पाणी आणायचं?

(केशवला काही सुचत नाही.)

मंदा : ही माणसं चारचौघांत अब्रू घालवतात. बशीतून पेला आणता येत नाही? *(केशव जीभ चावतो.)* घेऊन जा तो पेला. दुसरा घेऊन ये. *(केशव जातो.)*

सालकर : जाऊ या ना?

मंदा : निघू यात ना, पण आपण कुठं जाणार? कपडे घ्यायचे आहेत, तर गिरगावात जाऊ.

सालकर : छे बाई, आपल्याला फोर्ट एरियाशिवाय शॉपिंग जमतच

नाही. दादर फार डर्टी वाटतं.

मंदा : मलाही तसंच वाटतं. काय गर्दी असते. नरेंद्र...

(केशव पाणी घेऊन येतो, मंदा पिते.)

नरेंद्र : येस मॅडम...

मंदा : माझं एक काम कराल?

नरेंद्र : सांगा ना!

मंदा : पोल्सन चीज आणायला हवं.

सालकर : कसं बाई, ते तुम्ही चीज खाता?

मंदा : का?

सालकर : टिपिकल स्मेल आहे त्याला. मला बाई, तसलं खाल्लं, की मळमळतंच. क्रॉप्ट नसेल, तर साहेबांनासुद्धा काही चालत नाही.

मंदा : पण मिळतंय कुठं?

सालकर : या मुंबईत सारं मिळतं; पण हे हवं! *(पैशाची खूण करून)* फॉरेन ते फॉरेनच. तुम्हाला हवं ना, मग मी आणून देईन. माझ्या ओळखीचे आहेत लोक. परवाच एक ट्रॅन्झिस्टर आला होता विकायला. सोनी. छान होता.

मंदा : जपानी?

सालकर : हो. लेटेस्ट मॉडेल होतं.

मंदा : मग घेतलात?

सालकर : घरात तीन रेडिओ आहेत. तो घेऊन काय दुकान काढू?

मंदा : मला का नाही सांगितलंत? सुभाष सारखा मागं लागला होता. काखेला लावून फिरायची फॅशन आहे ना!

सालकर : मला कल्पना नव्हती. परत आला, की सांगेन.

मंदा : परत मिळेल.

सालकर : हवे तेवढे. गोव्याहून चिक्कार चोरून आणतात. सात-आठशेपर्यंत हवा तसला रेडिओ मिळेल.

मंदा : मग माझ्याकरता ट्राय कराच हं. प्लीज! पण हा सेट कसा वाटला?

सालकर : छान आहे; पण मला, बाई, या कव्हरचा रंग नाही आवडला. लेमन ब्ल्यू असता, तर उठून दिसला असता. आमच्या घरचा सेट पाहिलात ना, कसा दिसतो तो?

मंदा	:	मग आता काय करायचं? *(हताश होते)*
सालकर	:	ही बॅकग्राउंड बदलून घ्या, की झालं. *(भिंतीकडे बोट दाखवून)* हा कलर बदलून घ्या.
मंदा	:	खरंच बाई, तुम्हाला कसं चटकन सुचतं. छान आयडिया आहे.
सालकर	:	पाहिलं, की सारं येतं. आमची उषा यात एक्सपर्ट आहे. दिसेल ते चटकन पिकअप करते. अहो, ट्विस्ट किती लवकर शिकली. आता छान ट्विस्ट करते.
नरेंद्र	:	सगळ्यांनाच कुठं पाहून येतं? ती आयसाईट असावी लागते.
मंदा	:	उषा तुमच्या हातांखाली तयार झाली. कौतुक करणारं असलं, की सारं येतं.
सालकर	:	आमच्या उषाला मी एक चांगला हुशार जावई हेरलाय.
मंदा	:	*(निराळाच अर्थ घेऊन)* ते काय मला माहीत नाही?
सालकर	:	पण मी सांगणार आहे. फॉरेनला जाताना उषाला पण घेऊन जायला हवं, तरच मी लग्नाला परवानगी देणार.
मंदा	:	नेईल ना. आम्ही नको म्हटलं, तरी आजची मुलं थोडीच ऐकणार आहेत?
सालकर	:	उषाला आम्ही मुलगी समजतच नाही. मुलासारखी वाढलेय ती. अगदी मोकळेपणानं... तुम्ही बघताय ना. आम्ही काय बंधन घातलंय तिच्यावर?
मंदा	:	असंच पाहिजे. साहेब लोक बघा ना. मुलांना कसं वाढवतात.ते. नाहीतर इथं बसू नको, तिथं जाऊ नको. याच्याबरोबर बोलू नको, त्याच्याबरोबर फिरू नको. अशानं मुलांची मनं खुरटून जातात.
सालकर	:	अगदीच गावंढळ कल्पना. मुलं कशी फुलासारखी मोकळेपणानं वाढली पाहिजेत.
मंदा	:	*(घड्याळ बघत)* अय्या, बोलता-बोलता किती वेळ गेला!
सालकर	:	तुम्हीच बोलत राहिलात. चला.
मंदा	:	माझी गाडी काढायला सांगू?
सालकर	:	नको, माझी आहे ना गाडी.

(नरेंद्र नमस्कार करतो, दोघी जातात. नरेंद्र दार लावून घेतो. आत येतो. पॅन्टच्या खिशात हात घालून सगळीकडे नजर

फिरवीत शीळ घालत हसतो. चेहऱ्यावर छद्मी हास्य असते.
सारे गेले, असे समजून नाना आत येतात. नरेंद्राला पाहताच
त्यांच्या कपाळावर आठ्या पडतात. जायला निघतात.)

नरेंद्र : नाना, या ना. फिरलात का?

नाना : *(नाइलाजाने येतात)* तसं नाही. मला वाटलं, सगळे गेले, म्हणून आलो होतो.

नरेंद्र : कोणी असताना आलं, म्हणून काय बिघडलं?

नाना : तसं बिघडत नाही काही. *(नाना उगीच इकडेतिकडे पाहतात. चाळवाचाळव करतात.)*

नरेंद्र : काही विसरलं का? चष्मा हुडकत असाल, तर तो कपाळीच आहे.

नाना : *(चष्मा नाकावर ओढत)* एरवी लागत नाही; पण काही स्पष्टपणे पाहायचं असलं, तर चष्मा लागतो. *(नरेंद्रकडे पाहतात.)* नवीन पॅन्ट वाटतं?

नरेंद्र : हो, परवा केली. टेरिलीन आहे, इंडियन नव्हे. फॉरेन.

नाना : तुम्हाला पगार किती?

नरेंद्र : काय? *(हसतो)* नाना, भारीच सरळ, बुवा तुम्ही. इंग्रजीत म्हण आहे, नेव्हर आस्क जंटलमन हिज सॅलरी ॲण्ड वुमन हर एज. पुरुषाला पगार आणि स्त्रीला वय कधी विचारू नये.

नाना : एक महत्त्वाचा शब्द विसरलात.

नरेंद्र : कोणता?

नाना : सभ्य पुरुषाला.

नरेंद्र : हाः! भारीच विनोद करता, बुवा.

नाना : पगार नाही सांगितलात?

नरेंद्र : मिळतात अडीचशे!

नाना : आणि तेवढ्यात हे सारं भागतं?

नरेंद्र : नुसत्या पगारावर कसं चालेल?

नाना : मग दुसरा बिझनेस?

नरेंद्र : कसं सांगायचं तुम्हाला?

नाना : समजलं, समजलं, आणि घरी कोण आहे?

नरेंद्र : आहेत ना... आई-वडील, बायको, दोन मुलं.

नाना : राहता कुठं?

नरेंद्र	:	दादरला फ्लॅट आहे. चांगला मिळाला. एरवी त्या जागेला सहज आठ-दहा हजार पागडी द्यावी लागली असती.
नाना	:	मग कसा मिळवलात फ्लॅट?
नरेंद्र	:	आपले मगनलाल आहेत ना, त्यांचं लक्ष आहे माझ्यावर.
नाना	:	तसे भले गृहस्थ वाटतात.
नरेंद्र	:	नाना, तसा या जगात कोणी भला नाही. उगीच नाही फ्लॅट दिला. त्यांची कामंही असतात. उगीच कोण उपकार करतो? त्यांची सारी बिंग या मुठीत असतात. म्हणून हे सारं होतं... केशव... *(केशव येतो)* अरे, मघाशी भाभींनी चहा सांगितला होता ना?
केशव	:	इसरलोच बगा.
नरेंद्र	:	ते कळलं. लवकर घेऊन ये चहा. *(केशव नानांकडे पाहतो. आत जातो. नाना पेपर चाळत असतात. नाना दचकतात.)*
नाना	:	चला, आणखीन भाववाढ झाली म्हणायची.
नरेंद्र	:	होणारच! स्टँडर्ड ऑफ लिव्हिंग वाढतंय ना.
नाना	:	पण गरिबाचं काय?
नरेंद्र	:	गरिबाचं काय, काय धाड भरलेय! दहा वर्षांपूर्वी किती मजुरी मिळत होती? आता किती मिळते? काम कमी पाहिजे आणि मजुरी जास्त. भाववाढ होणारच. अजून झाली असती; पण सालं भारतानं ऐनवेळी शेपूट घातली.
नाना	:	काय?
नरेंद्र	:	नाना, हे भारत-पाकिस्तान युद्ध आणखीन चालायला हवं होतं. फार अपेक्षा होती; पण एकदम फुसका बार निघाला.
नाना	:	बोलणं फार सोपं. लढाईच्या गप्पा मारणं सोपं. दिवसा खर्च करोडो रुपयांचा, प्राणहानी केवढी, केवढा सत्यानाश.
नरेंद्र	:	एक्झॅक्टली. हेच व्हायला हवं होतं. नाना, सगळा थंड कारभार झालाय. लढाई चालली असती, तर बघायचं होतंत. भाव कडाडले असते. काही मिळेनासं झालं असतं आणि मग हातात माती धरली असती, तरी सोनं झालं असतं. तुम्हाला ते कळायचं नाही. *(नाना उठतात. आत जाऊ लागतात)* का निघालात, नाना?
नाना	:	मला असलं काही कळत नाही. सोन्याच्या मोलाची माणसं गेली, तर निर्जीव सोनं घेऊन काय करायचं? माणसापेक्षा

सोनं किंमतवान असतं, हे आम्हाला कळत नाही, समजतही नाही.

(नाना जातात. नरेंद्र हसतो. तोच आतून श्रीधर गडबडीने येतो. अप-टू-डेट पोशाख असतो. नरेंद्र अदबीने उभा राहतो.)

नरेंद्र : गुड इव्हीनिंग, सर.

श्रीधर : सॉरी, नरेंद्र. आय ॲम सो सॉरी! तुम्हाला फार वाट पाहावी लागली. नाना होते ना?

नरेंद्र : हो, आत्ताच गेले.

श्रीधर : ते पाहिलं... काय म्हणत होते?

नरेंद्र : काही नाही एज झालं... जुनी माणसं.

श्रीधर : येस, येस, त्यांना समजून घ्यायला हवं. नानांसारख्यांना एखादी गोष्ट पटवून देणं फार अवघड जातं, नाही?

नरेंद्र : तसं काही नाही.

श्रीधर : त्याला औषध नाही. परवाचा ड्राफ्ट भरलात?

नरेंद्र : हो, भरला ना!

श्रीधर : मंदाच्याच खात्यावर भरलात ना?

नरेंद्र : हो, अलीकडे सारा भरणा त्यांच्याच खात्यावर असतो.

श्रीधर : दॅट्स गुड. माझ्या खात्यावर काही जमा करीत जाऊ नका. लवकरच रत्नागिरीचं घर विकावं म्हणतो मी.

नरेंद्र : त्याची काय गरज?

श्रीधर : टॅक्स वगैरे काही लचांड मागं लागलं, तर काहीतरी दाखवायला हवं ना!

नरेंद्र : *(हसतो)* मी असल्यावर त्याची गरज नाही, साहेब. सारे अकाऊंट्स ॲडजस्ट केलेत.

श्रीधर : शेटजींकडे गेला होतात?

नरेंद्र : हो, गेलो होतो. पण आपण म्हणता, तेवढ्याला ते तयार होतील, असं वाटत नाही.

श्रीधर : नो... नो...

नरेंद्र : ते चारला तयार आहेत.

श्रीधर : काही उपकार करीत नाहीत. हे काम झालं, तर लाख मिळतील. पेपर्स आणलेत?

नरेंद्र : हो, तयार आहेत.

श्रीधर : चला, बघा मगनलाल तयार होतात, की नाही. आपल्याला त्यांच्याकडेच जायचं आहे. ते हो म्हणाले नाहीत, तर माझी सही होणं कठीण.

नरेंद्र : एवढं म्हटल्यावर काय बिशाद आहे नाही म्हणायची?

श्रीधर : चला, जाऊ, आज ऑफिसला काही येता आलं नाही.

नरेंद्र : मी पाहतो ना सारं. काही इम्पॉर्टन्ट असलं, तर आणतो सहीला.

श्रीधर : प्लीज हं. चला...

(नाना बाहेर येतात. दोघे नानांकडे पाहतात.)

नाना : दार लावून घ्यायला आलो होतो.

नरेंद्र : तुम्ही कशाला त्रास घेतलात? दार ओढून घेतलं, की आपोआप आतून बंद होतं.

नाना : लक्षात राहिलं नाही. श्रीधर, ऑफिसला निघालास?

श्रीधर : नाही, नाना. येईन एवढ्यात. का? काही काम होतं?

नाना : नाही. काही काम नाही. *(श्रीधर, नरेंद्र जातात.)*

(नाना एकटेच हॉलमध्ये उभे असतात. सारा हॉल निरखतात. त्यांचे लक्ष गांधी, नेहरू, टिळक यांच्या फोटोकडे जाते. दीर्घ निःश्वास सुटतो.)

नाना : केशव... *(केशव येतो)* अरे, सगळं पुसत असताना एखादं फडकं या फोटोंवरही मारत जा. केवढी धूळ साचलेय.

केशव : व्हय, नाना. माझ्या धेनात आलं व्हतं; पन पायांखाली स्टूल घेतल्याबिगर हात पोचत नाय. तसंच राहून गेलं.

नाना : *(हसतात)* सहजासहजी हात पोहोचणारी माणसं नाहीत ती.

केशव : नाना.

नाना : काय रे, अरे, बोल ना.

केशव : नाना, मालकांस्नी सांगून एक म्हयन्याची रजा द्याल?

नाना : कशाला, रे?

केशव : खरं सांगू, जीव रमत नाय बगा. जिवाला काय बी गोड वाटंना झालंय.

नाना : भारतातील एवढं मोठं शहर बॉम्बे आणि जीव करमेना तुझा?

केशव : काय घेऊन बसलाय नाना, बॉम्बे. आपली रत्नागिरी लाखपटीनं

बरी. मलाबी वाटायचं, बॉम्बे बघावी. आमची पोरं हाईत की इथं गिरणीत. गावाला याची, तवा इचारलं, कुठं ऱ्हाता, रं? की छाती फुगवून सांगायची, बॉम्बे.

नाना : मग?

केशव : बगितली की बॉम्बे. खुराड्यांत कबुतरं भरावी, तशी माणसं एका गाळ्यात पंधरा-वीस जन. रानीच्या बागत गेलो, तर जनावरापरीस मानसांची दाटन. निवाऱ्याला जागा नाय, येळेवर जेवान नाही. नुसती पलत्यात. कवाबी बगा, धावत्यात. कुटं पलत्यात, कुणास ठाऊक. कुनासाठी, कशापायी?

नाना : उगीच पळत नाहीत. समोर रुपयाचं चाक धावत असतं. त्यांच्या मागं पळतात, बाबा.

केशव : सुख न्हाई, तर काय करायचा त्यो रुपया? त्यापरीस आमची रत्नागिरी बेस. पैसा नसंल मिलत, पन पोटभर खायला, पाय पसरून झोपायला तरी जागा हाय; बघतीव काय? नाना?

नाना : केशव, तुला जे कळतं, ते शिकल्या-सवरलेल्यांना कळत नाही. बोलायला गेलो, तर आपणच वेडे ठरतो. पैसा लागतो, नाही, असं नाही; पण केवढा? निवाऱ्याला जागा, अंगावर कपडा आणि पोटभर अन्न एवढं झालं, की फार थोडा पैसा माणसाला लागतो. फाजील पैशाला उपाधी फार.

केशव : नाना, मी बोलायचं काम न्हाय हे! पण तुमी हे मालकानला का सांगत नाय? मला लई भीती वाटते.

नाना : कसली?

केशव : दमानं पूर चढला, तर दमानं उतरतोय. पीक, पानी बक्कल येतं; पन गपकन पूर चढला, तर उतरताना सारं शिवार घेऊन जातो. ह्यो एकदम पूर चढतोय नाना.

नाना : केशव, कोण ऐकतंय बाबा, माझं! तो नरेंद्र सांगेल, तसा तुझा मालक ऐकतो.

केशव : त्याला बघितलं, तरी शीर उठतीय माझी. धांदा च्या दे, म्हणून सांगितलंलं, मी दिलाच न्हाय. त्याच्या बापाचा नोकर मी? म्हटलं, कोकलू दे.

नाना : आपल्या घरी आलेली माणसं. त्यांना असं वागवू नये.

केशव : त्यो काय मानूस? जवा येतोस तवा मालकांच्या कानाला कान लावून असतोय.

(बेल वाजते. केशव दार उघडतो व थांबतो. उषा येते, तिचा चेहरा मलूल आणि रडवेला दिसतो. ती दारातच थांबते.)

नाना : *(केशवला)* तू जा कामाला. ये ना आत...

(उषा पुढं येते.)

नाना : उषा, बरं नाही का तुला?

उषा : सुभाष नाही?

नाना : नाही, बाहेर गेलाय.

उषा : मी जाते.

नाना : थांब.

उषा : पण, नाना...

नाना : ऐक माझं, थोडं थांब. तोवर तो येईलदेखील.

(उषा अस्वस्थ असते. नानांची नजर टाळत असते. कावरीबावरी असते.)

नाना : काय झालं, उषा? अशी का दिसतेस? *(उषेला एकदम उभ्या जागी हुंदका फुटतो. डोळ्याला पदर लावते. नाना जवळ जातात. पाठीवरून हात फिरवतात.)* पूस डोळे, पोरी. काय झालं? *(उषा डोळे टिपते. मान हलवीत 'काही नाही' म्हणून सांगते.)*

नाना : घरी कोणी रागावलं का? *(उषा नकारार्थी मान हलवते.)* सुभाष भांडला का? *(उषा नकारार्थी मान हलवते.)* मग झालं काय?

उषा : ममी माझं लग्न ठरवतेय.

नाना : बस्स! आणि एवढ्यासाठी रडतेस?

उषा : तुम्हाला माहीत नाही, नाना; पण मी त्याला चांगला ओळखते. असेल श्रीमंताचा पोर; पण पक्का व्यसनी, उडाणटप्पू आहे तो मेला.

नाना : अगं, भावी पतीबद्दल असं बोलू नये.

उषा : तुम्हाला थट्टा सुचते; पण आमचा जीव जातो. आज कॉलेजात भेटला, तर हवं तसं छेडलं मला. मी मुळीच त्याच्याशी लग्न करायला तयार नाही.

नाना : मग सुभाषबरोबर करशील?

उषा	:	*(रागाने)* जाते मी.
नाना	:	अशी रागावू नको, पोरी. जरा शांतपणे सांग ना... केव्हा ठरलं?
उषा	:	उद्या नक्की ठरणार आहे म्हणे.
नाना	:	असं कोण म्हणत होतं?
उषा	:	ममी सांगत होती. उद्या ते लोक येणार आहेत, म्हणे. नाना, तसं झालं, तर मी जीव देईन.
नाना	:	अरे, हो हो! एकदम ही मजल का?
उषा	:	असं करायचं होतं, तर आम्हांला शिकवायचं नव्हतं. कशाला शिकवलं मग?
नाना	:	अशी संतापू नको. तुझ्या शिकण्याचा आणि लग्नाचा काय संबंध?
उषा	:	पण माझं त्याच्यावर... *(उषा चाचरते)*
नाना	:	प्रेम नाही, हेच ना. मग तसं सांग. त्यासाठी शिक्षण कशाला?

(त्याच वेळी सुभाष शेर गुणगुणत येतो.)

सुभाष	:	इश्कमें तबियतने जीस्त का मजा पाया दर्द की दवा पायी दर्द लादवा पाया.
नाना	:	घ्या! आले तुमचे नवाबबहादूर! *(सुभाष चकित होतो. नानांना पाहून त्याचे अवसान जाते. काही न बोलता हसून नाना आत जातात.)*
सुभाष	:	*(नाना आत गेल्याचे पाहून)* काय, गं? *(जवळ जातो)* आज कॉलेजमध्ये दिसली नाहीस? आणि *(अश्रूंचे कारण विचारीत)*, हे काय?
उषा	:	चल, काहीतरी बोलू नको.
सुभाष	:	नाना काही बोलले, वाटतं?
उषा	:	नाही.
सुभाष	:	मग?
उषा	:	*(एकदम सुभाषकडे वळून)* सुभाष, माझं लग्न ठरलं, असं कोणी सांगितलं, तर काय वाटेल तुला?
सुभाष	:	*(हसतो)* एक रिस्पॉन्सिबिलिटी गेल्याचं सुख होईल. मोकळं वाटेल.

(उषा संतापते, रागाने सुभाषकडे पाहते. दाराकडे चालू लागते. सुभाष पळत जाऊन अडवतो.)

उषा	:	सोड वाट!
सुभाष	:	मला वाटलं नव्हतं वातावरण एवढं गरम आहे, म्हणून. मी थट्टा केली. प्लीज... काय झालं?
उषा	:	ममीनं माझं लग्न ठरवलंय.
सुभाष	:	नो.
उषा	:	येस.
सुभाष	:	कुणाबरोबर?
उषा	:	तो पी.पी.राऊत... माहीत आहे?
सुभाष	:	दॅट लोफर?
उषा	:	हो; पण त्याचा बाप लक्षाधीश आहे ना!
सुभाष	:	मग आता? *(सुभाष हताश होतो.)*
उषा	:	तेच विचारायला आले होते मी.
सुभाष	:	बघू, विचार करू. काहीतरी मार्ग निघेल.
उषा	:	उद्या ती माणसं येणार आहेत. साखरपुडा करणार आहेत.
सुभाष	:	नॉन्सेन्स. आणि आता, गं? *(अंगठा चावतो.)*
उषा	:	बस अंगठे चावत.
सुभाष	:	थांब.
उषा	:	सुभाष, आपण पळून जाऊ या म्हटलंस, तर मी येईन; पण त्या संकटात लोटलंस, तर क्षणभरही राहणार नाही. *(सुभाष सिगारेट पेटवितो. हात थरथरत असतो. आत लक्ष जाते आणि तो गडबडीने सिगारेट विझवतो.)*
सुभाष	:	ते बरं दिसणार नाही. आपण तुझ्या ममी-डॅडींना सांगून पाहू या.
उषा	:	कोण सांगणार.... तू?
सुभाष	:	मी? छे! आपल्या दादांना सांगायला लावू या.
उषा	:	*(थंडपणे)* ते जमणार नाही. ममी-डॅडी कधी होकार देणार नाहीत. काय करायचं, ते आजच केलं पाहिजे.
सुभाष	:	काय करू? काही सुचत नाही. फाशीलासुद्धा मुदत असते. *(चुटकी वाजवतो)* त्याशिवाय मार्गच नाही.
उषा	:	कसला?

सुभाष	: आपण पळून जाऊ... तेवढी एकच वाट आहे. आहे तयारी?
उषा	: ती तयारी नसती, तर आले असते?
सुभाष	: थांब. मी माझी बॅग घेऊन येतो. नाना आले, तरी घाबरू नकोस. नाना गेले, की मी येईन.
उषा	: लवकर ये.
सुभाष	: आलोच. (*सुभाष जातो. उषा अस्वस्थपणे येरझाऱ्या घालते. नाना येतात. उषा दचकते.*)
नाना	: सुभाष कुठं आहे?
उषा	: ते... आत गेलेत.
नाना	: काय म्हणाला सुभाष?
उषा	: नाना, तो मला कधीच अंतर देणार नाही. तुमचा नातू आहे तो. काही झालं, तरी माझी नि सुभाषची ताटातूट होणार नाही. आमच्या पदरी शिक्षण आहे. श्रम केल्याशिवाय जगता येणार नाही, याची जाणीव धरून आम्ही...
नाना	: तेही खरंच. माझा चष्मा कुठं विसरला? खोलीत राहिला, वाटतं? बस, आलो मी. (*नाना उठून आत जातात. सुभाष एकदम येतो. हातात छोटी ब्रीफ असते.*)
सुभाष	: चल लवकर.
उषा	: पण नाना येतील ना!
सुभाष	: चल, म्हणतो ना! (*उषा-सुभाष जाऊ लागतात. नाना आतल्या दाराशी उभे असतात.*)
नाना	: सुभाष. (*सुभाष वळून पाहतो. नानांना पाहून थक्क होतो.*) इकडे या. (*दोघेही परत येतात.*) कुठं फिरायला जात होतात? आणि ही बॅग कसली?
सुभाष	: (*नजर वर करतो.*) नाना, माहीत असून असं का बोलता?
नाना	: सुभाष, तुम्हाला स्वातंत्र्य दिलं, ते स्वैराचारी बनायला नव्हे!
सुभाष	: नाना!
नाना	: नाहीतर काय? मनाला येईल, तसं वागण्याची मुभा असणं याला स्वैराचार म्हणतात. आई-वडिलांना न सांगता, त्यांच्या प्रतिष्ठेचा विचार न करता पळून जाणं याला काय म्हणतात? भ्याड कुठले!
सुभाष	: नाना, आम्ही लग्न करणार आहोत.
नाना	: अजून ओठांवर पुरती मिशी फुटली नाही आणि लग्न

करायला निघाले! परिणाम ठाऊक आहेत?

सुभाष : विचार केलाय नाना. घरातून हाकललं जाईल, हेच ना? जाऊ आम्ही. फार मोठी स्वप्नं नाहीत, नाना. खुळं प्रेम करतो ना आम्ही. छोटंसं घर असावं, पोटभर खायला मिळावं. तेवढं बळ आहे हातांत.

नाना : आणि तू, गं? *(उषा एकदम नानांचे पाय धरते.)*

उषा : नाना, जमलं तर आशीर्वाद द्या. शाप देऊ नका. तुमचा आशीर्वाद मिळाला, तर काही कमी पडायचं नाही, हे ठाऊक आहे आम्हाला. *(नाना उषेला उठवतात. तिला कवटाळतात. गहिवरतात.)*

नाना : पोरी, कुठं शिकलीस हे बोलायला? मुलांना कोणी शाप देतं का? तुमच्यासारखी गुणी पोरं सुखी राहावीत. त्यांचं चांगलं व्हावं, जमलं, नशिबात असलं, तर बघायला मिळावं. याखेरीज आमची दुसरी कोणती इच्छा असणार? एकदम निर्णय घेऊ नका. इथं बसू नका. माझ्या खोलीत चला. विचार करू. काहीतरी सुचेल. चला.

सुभाष : नाना.

नाना : चल म्हणतो, ना. तुझी बॅग घे.

(नाना, उषा, सुभाष आत जातात. दिवाणखाना मोकळा पडतो. बाहेरच्या दारातून देवस्थळी दबत दबत आत येतो. सगळ्या वैभवावर भेदरलेली नजर टाकतो. दारातून कानोसा घेतो. घरात कोणी नाही, काय करावे, या विचाराने बावळटपणे उभा राहतो. इतक्यात मागून केशव चहाचा कप घेऊन येतो. तो खाकरतो. देवस्थळी भयंकर दचकतो. पाहतो. केशवला पाहून निःश्वास सोडतो. ट्रेमधला कप उचलून घटाघटा पितो. घाम टिपतो.)

केशव : अवो देवस्थली सायेब, घाबरलासा का असं? लई दिसांनी फेरी मारलीसा?

देवस्थळी : साहेब आलेत?

केशव : न्हाईत.

देवस्थळी : बाईसाहेब?

केशव : त्या बी न्हाईत.

देवस्थळी	: नाना?
केशव	: हाईत की.

(सुटकेचा निःश्वास सोडतो. तोच नाना, सुभाष, उषा बाहेर येतात. त्या दोघांना बाहेर पोहोचवून नाना आत येतात. दार लावून घेतात. नाना वळतात.)

नाना	: जगन्नाथ, बऱ्याच दिवसांनी वाट चुकलास, बाबा?
देवस्थळी	: नाना, असं म्हणू नका. ऑफिसात काम असतं, वेळ मिळत नाही.
नाना	: अरे, थट्टा केली. बरं चाललंय ना?
देवस्थळी	: चाललंय, नाना, पण...
नाना	: पण काय?
देवस्थळी	: *(इकडेतिकडे पाहत)* घरात कोणी नाही ना?
नाना	: छे! असा घाबरलास का?
देवस्थळी	: उषा, भेटली तुम्हाला, नाना? सुभाष आणि ती जरा समाधानी दिसली आत्ता, नाही?
नाना	: का रे? असं काय बोलतोस?
देवस्थळी	: *(गंभीर होत)* नाना, तुमच्याशी मला खूप बोलायचंय.
नाना	: हं, मग बोल ना. असा चाचरतोस का?
देवस्थळी	: *(अडखळत, धीर करून)* तुमच्याजवळ कसं बोलावं, याची उजळणी करण्यासाठी मी काल संध्याकाळी रेक्लमेशनवर गेलो होतो.
नाना	: माझ्याशी बोलण्यासाठी उजळणी? अरे, असं काय?
देवस्थळी	: ते सांगतोच, नाना, पण... पण... मी तिथं कठड्यावर बसलो होतो. खाली खवळत्या लाटा उसळत होत्या आणि त्यांच्याबरोबर माझ्या मनातले विचार हेलकावे खात होते. दिवस केव्हा मावळला, हे कळलंदेखील नाही. फिरायला आलेले सगळे लोक घरी परतले होते. मी एकटाच आहे, असं मला वाटलं; पण काही अंतरावर एक तरुणी एकटीच समुद्राच्या उसळत्या लाटांकडे दृष्टी रोखून, कठड्याच्या बाहेर पाय सोडून बसलेली मला दिसली. मला भयसूचक शंका आली. लगबगीनं मी तिच्याजवळ गेलो आणि पाहतो, तो काय! ती कोण होती, माहीत आहे?

नाना : उषा होती ना?

देवस्थळी : म्हणजे? तुम्हाला माहीत आहे, नाना.

नाना : जगन्नाथ, सोन्यासारखी मुलं काहीतरी डोक्यात घेतात, भडकतात. वेळीच तू भेटला, म्हणून बरं. नाही तर आज...

देवस्थळी : हो, नाना. काल ती त्याच भयंकर विचारानं तिथं आली होती. मी मोठ्या मिनतवारीनं तिची समजूत घातली आणि त्या वेड्या, भयानक विचारापासून तिला परावृत्त केलं. म्हटलं, नानांना भेट. ते तुला खात्रीनं मार्ग दाखवतील.

नाना : *(सुस्कारा सोडून)* हं... आणखी... आणखी... ती उजळणी कसली करीत होतास? माझ्याशी बोलायची?

देवस्थळी : अं? हो. *(बोलावे की नाही, या मन:स्थितीत)*

नाना : अरे, सांग ना. स्पष्ट बोल सगळं.

देवस्थळी : साहेबांचं कसं चाललंय?

नाना : छान चाललंय ना.

देवस्थळी : राहवलं नाही, म्हणून आलो. साहेबांचे माझ्यावर उपकार आहेत. या घरचं अन्न मी खाल्लंय. या घराची प्रतिष्ठा अधोगतीला मिळू नये, म्हणून आलो.

नाना : प्रतिष्ठा, अधोगती... काय, सांगतोस काय?

देवस्थळी : नाना, साहेब इथं प्रथम आले, तेव्हा त्यांच्यासारखा ऑफिसर खात्यात नव्हता. सारे कसे नाव निघालं तरी भ्यायचे. साहेब आमच्या गावचे, हे सांगताना छाती फुगायची. गेले ते दिवस.

नाना : जगू, अरे, म्हणतोस काय?

देवस्थळी : काय म्हणू, नाना. तो हलकट नरेंद्र. आता त्याच्यावाचून पान हलत नाही. साहेब तर ऑफिसातच असत नाहीत. सारं ऑफिस त्याच्या ताब्यात. साहेब नावाचेच झालेत. पूर्वी साहेब उठायच्या आधी टेबलावर फाईल राहत नसे. आता गठ्ठे पडून आहेत. सगळी कामं तुंबून पडलीत. लोक हवं ते बोलतात. म्हणतात, वळणावर गेला. साहेबांवर रिपोर्ट झालेत, म्हणून ऐकलं. बरं वाटलं नाही. निदान तुमच्या कानांवर घालावं, म्हणून आलो.

नाना : हरी हरी. श्रीधर, काय ऐकतो मी. जगू, मला समजतं, दिसतं; पण मी काही करू शकत नाही रे!

देवस्थळी : नाना, हे हाताबाहेर जात चाललंय. चहाडी करण्यासाठी आलो नाही मी. निखाऱ्यावर निरसं दूध ठेवलं, तर कढ येताना जपावं लागतं. केव्हा उतू जाईल, याचा नेम नसतो, नाना.

नाना : मला समजतं, जगन्नाथ. तुझं इमान, कळकळ... तीच आता उपयोगी पडली, तर पडणार. तू जा. मी पाहीन, काय करता येतं, का. श्रीधर कदाचित येईल इतक्यात.

देवस्थळी : *(घाबरतो)* मग मी जातो. मला पाहिलं, तर उगीच गैरसमज होईल त्यांचा. नाना.

नाना : काय?

देवस्थळी : माझं नाव सांगू नका हं.

नाना : *(खिन्नपणे हसतात)* कशाला सांगू? काय होणार आहे त्यानं? काळजी नको करूस.

देवस्थळी : येतो, नाना.

(देवस्थळी गडबडीने जातो. नाना बैचेन होऊन येरझाऱ्या घालीत असतात. दारावरची बेल वाजते; पण ऐकू जात नाही. केशव येतो. तो नानांकडे पाहतो. परत बेल वाजते. केशव दार उघडतो. श्रीधर आत येतो. हातात छोटी बॅग. श्रीधर आनंदात असतो. तो नानांकडे पाहतो. हसतो. टेबलावर बॅग टाकतो. नानांकडे पाहतो. नानांकडे पाहून श्रीधर विचारग्रस्त होतो.)

श्रीधर : नाना, वर येत असता देवस्थळी भेटला. आमचा कारकून देवस्थळीच होता ना तो?

नाना : आपली माणसंही ओळखता येत नाहीत? देवस्थळीच होता तो. आपल्याच गावचा. घरोब्याचा. मी सांगितलं, म्हणून तू त्याला नोकरी दिली होतीस.

श्रीधर : इथं आला होता?

नाना : हो.

श्रीधर : का आला होता?

नाना : तुझे आभार मानायला आला होता. त्याचं भलं करून, संसार सुखाचा केल्याबद्दल तो तुला दुवा देण्यासाठी आला होता.

श्रीधर : मग मला पाहताच तो घाबऱ्या घाबऱ्या का पळाला?

नाना	:	का पळाला? सांगू? ऐकून घ्यायचं आहे?
श्रीधर	:	सांगा ना.
नाना	:	तो घाबरला आहे, कारण त्याचं भलं केलेल्या माणसाचंही 'भलं' होईल, म्हणून!
श्रीधर	:	(त्रस्त होऊन) सरळ सांगा ना.
नाना	:	वाकडी गोष्ट सरळ कशी सांगणार?
श्रीधर	:	कसली वाकडी गोष्ट?
नाना	:	श्रीधर, असं वेड पांघरून पेडगावला का जातोस? अरे, तू हे काय आरंभलं आहेस? अरे, ज्या मखमली गालिचावरून तू चालत आहेस, त्याखाली धगधगत असणारा अंगार तुला कसा दिसत नाही? जाणवत नाही?
श्रीधर	:	नाना, काय म्हणायचंय तुम्हाला? स्पष्ट सांगा ना.
नाना	:	(कळवळून) काय सांगू? तुझ्याकडून असं काही होईल, हे स्वप्नातदेखील वाटलं नव्हतं रे. श्रीधर, एकेकाळचा कडवा देशभक्त, तुरुंगात स्वत: उपाशी राहून इतर कैद्यांना आपला घास देणारा तू. आज लाच खाऊन मिळालेल्या प्रतिष्ठेला, अपार कष्टानं उभ्या केलेल्या संसाराला मातीमोल करायला निघालास?
श्रीधर	:	नाना, शांत व्हा. आता आलं सारं माझ्या लक्षात.
नाना	:	अरे, धडधडीत सत्यानाश दिसतो माझ्या डोळ्यांसमोर आणि मला शांत राहायला सांगतोस? तुझ्यासारख्या देश पोखरणाऱ्या घरभेद्या शत्रूपेक्षा देशावर उघड हल्ला करणारे चीन-पाकिस्तान शतपटींनं परवडले. (गांधी-नेहरू यांच्या चित्रांकडे बोट दाखवून) ही... ही, चित्रं कशाला लावलीस इथं? डांबर फास त्यांच्या तोंडाला! फेकून दे ती सारी गटारात!
श्रीधर	:	झालं तुमचं बोलणं? आता माझं थोडं ऐका. नाना, ही लाच जर मी घेतली नसती, तरी माझ्या प्रतिष्ठेचे आणि संसाराचे तडे थांबले नसते. नाना, जीवनात स्थैर्य, समाधान मिळवायचं असेल, तर आज उपलब्ध झालेली संधी वाया दवडता कामा नये. आलेली संधी परत येत नसते. ती संधी दवडली, तर आयुष्यभर त्याला हळहळत राहावं लागेल.
नाना	:	काही हरकत नाही. अशा लाचार, लाचखाऊ, कलंकित जीवनापेक्षा प्रतिष्ठेनं तडफडत मेलेलं काय वाईट?

श्रीधर	:	*(हसत)* नाना, तत्त्वज्ञान, प्रतिपादन करायला फार सोपं, पण ते आचरताना शरीराला चटके बसून होरपळून काढतं. बुद्धीचा प्रभाव फिका पडतो. शरीरासह जीवनाला जिवंत मरणच स्वीकारावं लागतं. मृत्यूच जर पत्करायचा असेल, तर देहाला कुजवून का ठेवायचं? नाना, आम्ही संसार थाटतो, तो कशासाठी? वडिलांचा आदर, बायकोचा सहवास, मुलांचा ध्यास मग कशासाठी? हे जर केलं गेलं नसतं, तर सत्प्रवृत्त माणसं थोड्या अवधीत नाहीशी झाली असती आणि उरली असती, ती फक्त स्वार्थी, क्रूर, ढोंगी माणसांची बजबजपुरी!
नाना	:	श्रीधर, तुझा हा बौद्धिक अध:पात केव्हापासून झाला? हे असलं रौरवाचं तत्त्वज्ञान तू कधी आत्मसात केलंस?
श्रीधर	:	हे तत्त्वज्ञान आत्मसात करावं लागत नाही, नाना. ते आपोआप अंगवळणी पडतं. दोष असलाच, तर माझा एकट्याचाच नाही. समाजातील प्रत्येक माणसाचा आहे. वीज कडाडून पडली, तर सारा आसमंत उजळून निघतो, म्हणतात; पण जिथं ती पडते, तिथं वणवा भडकतो. बिजलीच्या तेजाचं कौतुक करणाऱ्याला त्याची खंत वाटत नाही. श्री मिळवायची झाली, तर वेडीवाकडी वळणं घेतल्याखेरीज ती हाती येत नाही, नाना.
नाना	:	अरे कुलदीपका, श्रीचं वेडंवाकडं वळण तेवढं लक्षात ठेवलंस; पण त्यातलं सामर्थ्य तेवढं नेमकं विसरलास. वेडीवाकडी वळणं घेतच नदी जाते, पण तिची वळणं अधिक भूभाग समृद्ध करायला कारणीभूत होतात. म्हणूनच ती अखेर समुद्राच्या विशाल रूपात सामावली जाते. वेडीवाकडी वळणं घेत, दऱ्याखोऱ्यांचा रस्ता जातो, म्हणूनच माणसांना सहजतेनं संकटांचे डोंगर तरता येतात. नेमकी श्री हरवून, वेडीवाकडी वळणं हाताशी धरून मेंढ्यांप्रमाणे तू हाकलला गेलास. खऱ्या देशप्रेमानं, खऱ्या त्यागानं कधीच तू भारावून गेला नाहीस. तुझा त्याग, कष्ट, सेवा ही केवळ दुसऱ्या कुणाचं तरी अनुकरण करण्यापुरतीच का होती?
श्रीधर	:	नाही नाना, इतका उथळ मी नव्हतो. अजूनही नाही. तुम्ही काळजी करू नका.
नाना	:	काळजी करू नको? असं म्हणून का काळजी मिटते?

श्रीधर, ऐक, मला फार समजत नसेल, पण थोडं कळतं, रे. इतरांपेक्षा तुला जास्त मी ओळखतो. तुझा हा पीळ नाही, राजा. तू मनाचा कोवळा, सहज भावनेनं हेलावणारा, तुला हे जमायचं नाही. कुठं काही तोहमत आली, पकडला गेलास-

श्रीधर : हा, कोण पकडील मला? मगनलाल माझ्या पाठीशी उभे आहेत. मी गुंतलो, तर तेही गुंततील. मला पकडणं इतकं सोपं नाही, नाना.

नाना : पण हे कशासाठी? जाणूनबुजून विस्तवाशी खेळ का? यातून बाहेर पडता येणार नाही का?

श्रीधर : फार वेळ झाला, नाना. आज माझी स्थिती वेगवान उसळत्या प्रवाहात नांदणाऱ्या माशासारखी आहे. हवं तर प्रवाहाच्या विरुद्ध पोहावं. प्रपाताच्या धारेवरून चढण्याचा प्रयत्न करावा. ते जमेल; पण प्रवाहाच्या बाहेर जाणं, ते कसं शक्य आहे? माशाला पाण्याबाहेर जगता येणार नाही, नाना. शिल्लक राहतो, तो एकच मार्ग. तो म्हणजे मृत्यू. प्रत्यक्ष पित्याला तो हवा असेल का? पत्नीला तो हवा असेल का? मुलाला तो हवा असेल का? तसा हवा असेल, तर नाना, राघवसारखा तो मी द्यायला केव्हाही तयार आहे; पण मला माझा राघव करून घ्यायचा नव्हता.

नाना : श्रीधर, अरे श्रीधर, काय बोलतोस तू! तुझ्या युक्तिवादापुढं माझ्या म्हाताऱ्याच्या जीवनाबद्दलच्या साऱ्या कल्पना कुठच्या कुठं उधळून जातात. तत्त्वनिष्ठेसाठी बलिदान करणाऱ्या त्या राघवची बरोबरी तू करावीस?

श्रीधर : नाही नाना, हे माझं स्फूर्तिस्थान होतं आणि त्याच्या बलिदानानं नवा साक्षात्कार झाला आहे. *(टेबलावरची बॅग उघडतो. ती नोटांनी भरलेली असते.)* या समाधानाचा हा घ्या पुरावा. यात अनेकांचं समाधान सामावलं आहे. राघवच्या ढासळलेल्या संसाराची स्थिरता, या दिवाणखान्याचं वैभव, मंदाच्या आशा-आकांक्षा, सुभाषच्या साऱ्या हौशी. नाना, तुम्हाला नको असलेल्या, पण कधीकधी सुखावणाऱ्या गोष्टी, स्वत:ची आलिशान वास्तू पाहण्याचं मंदाच्या मनाचं एक स्वप्न, या सर्वांबरोबरच माझंही जीवन आणि मरण निश्चित झालं आहे.

नाना : काय बोलू? काही सुचत नाही, बघ. हे आलिशान स्वप्न

उभं करण्यासाठी रत्नागिरीचं आपलं पिढीजात घर, तेही विकायला निघाला होतास. सारं ऐकलंय मी. तू पाहिलं नाहीस, पण वासुदेव मास्तरांचं नाव अजून रत्नागिरीत घेतलं, तरी लोक हात जोडतात. ज्या घरात वासुदेवरावांच्या मैत्रीसाठी बाळ गंगाधर त्या चंद्रमौळीत निवाऱ्याला येऊन बसत असत, ते घर विकायला निघाला होतास? अरे, घराशेजारी लावलेला माडदेखील घराच्या सोबतीनं घराकडे झुकतो आणि जिथं पिढ्यान् पिढ्या बसलो, वाढलो, त्या घराबद्दल, त्या वास्तूबद्दल एवढासाही जिव्हाळा राहू नये? ज्याला घराच्या वास्तूबद्दल प्रेम नाही, त्याला देशाबद्दल प्रेम कोठून वाटणार? देशाचं हित-अहित कोठून कळणार?

श्रीधर : नाना, जीव तडफडतो, तो याच पाशानं. पडायला झालेली निकामी झालेली वास्तू पाडण्याचं धाडस ज्याला असतं, त्याला त्याच जागी आलिशान वास्तू निर्माण करण्याचं सामर्थ्य असतं. नाना, माझा जीव घाबरतो. दुःखाच्या दिवसांनंतर सुखाचे दिवस आले, तर ते माणसाच्या पचनी पडतात; पण सुखानंतर दुःख? छे! नाना, ते पचनी पडणं फार कठीण!

नाना : श्रीधर...

(त्याच वेळी बेल वाजते. श्रीधर दरवाजा उघडायला जातो. नाना आपले वाक्य पुरे न करता आत जातात. मंदाकिनी आनंदाने फुललेली, उत्साहाने पुढे येते.)

मंदा : अय्या, तुम्ही लवकर आलात. फार वेळ झाला? चहा वगैरे घेतलात, की नाही? *(श्रीधर हसतो.)*

श्रीधर : नाही. तुझ्या क्रशरमधल्या गोड नारंगी सरबताची वाट पाहत आहे.

मंदा : थांबा हं. आता आणून देते.

श्रीधर : थांब गं, जरा! बघू, काय आणलंस ते.

मंदा : अय्या, होय की, तुम्हाला दाखवायला विसरलेच. केशव... अरे केशव...

श्रीधर : केशवला का हाका मारतेस? *(केशव येतो.)*

मंदा : केशव, खाली जा आणि सालकरबाईंच्या गाडीतलं सामान घेऊन ये.

(केशव जातो.)

श्रीधर : अगं, असू दे. पाहू या सावकाश. तू जरा बैस इथं, पाहू.

मंदा : का आज खुशीत दिसता?

श्रीधर : तू नाहीस का खुशीत? प्रत्येकाच्या मनासारखं झालं, की सुखाला काय तोटा? सुप्त असलेल्या मंद सुख-समाधानाच्या लहरी बघता-बघता अवखळपणे नाचू लागतात.

मंदा : *(सुखाने भारावून)* हे तुमचं रूप पाहिलं, की पंचवीस वर्षांपूर्वीचा कवी श्रीधर उचंबळून आलेला दिसतो.

श्रीधर : होय, मंदा. त्या वेळच्या तारुण्याच्या उसळत्या भावना. चळवळीत एखादं काम करून आल्यानंतर तो सारा थकवा तुझ्या सान्निध्यात घालवत असताना...

मंदा : असंच काव्य स्फुरायचं तुम्हांला. रस्त्यारस्त्यांतून राष्ट्रगीत घुमवायचे आणि घरकुलात आल्यावर...

श्रीधर : तुझ्यावर काव्य करायचं, असंच ना? *(तिला जवळ ओढतो.)*

मंदा : *(लाजून)* इश्श हे काय? आपल्या सुभाषनं करायच्या गोष्टी या वयात तुम्ही...

(इतक्यात केशव भलेथोरले गठ्ठे घेऊन येतो. मंदा बाजूला सरते.)

केशव : बाई, कुठं ठेवू?

मंदा : ठेव तिथं डायनिंग टेबलावर. *(हळूच)* हे काय? त्या केशवनं पाहिलं, तर काय म्हणेल तो? आत नानाही आहेत.

श्रीधर : *(खदखदून हसतो.)* व्वा, काय सुंदर बोललीस. उगीच काव्य करीत नव्हतो मी.

मंदा : बघा ना, मी काय आणलंय ते.

श्रीधर : प्रचंड खरेदी दिसते.

मंदा : विसरलात वाटतं! पुढच्या रविवारी आपल्या लग्नाचा पंचविसावा वाढदिवस आहे, तो?

श्रीधर : अगं, हो. खरंच की! काळजी करू नकोस. तुझ्या हिऱ्याच्या कुड्या त्या दिवशी अवश्य कानांत पडतील. मंदा...

मंदा : काय?

श्रीधर : पुढच्या रविवारी आपलं लग्न होणार. लग्नापूर्वीच्या प्रेमाची मजा काही और असते, नाही? तुला आठवतं? आपण

मोर्च्यात सामील झालो होतो. अचानक पाऊस आला. दोघे भिजून आपण घरी आलो. तुला मी जवळ घेतली. तेव्हा मी काय म्हणालो होतो, आठवतं?

मंदा : *(लाजते)* ते का विसरेल? हवा असावी कुंद जराशी... मी नाही, बाई, लाज वाटते...

श्रीधर : मी सांगतो, तेव्हा मी म्हणालो होतो...

वीज पडावी दूर अवचित
भिऊन जाता तूहि जराशी
बिलगावे तू मजला किंचित
मीहि बनावे धुंद मिराशी
धुंद मिराशी...

(श्रीधर मंदाला जवळ ओढू पाहतो, तोच -)

(पडदा)

अंक तिसरा

(रात्रीचे साडेआठ वाजते आहेत. तोच दिवाणखाना, फर्निचर भिंतीकडेने लावले आहे. सजावट तीच आहे; पण नेहमीच्या टापटिपीत बरीच अव्यवस्था. फुलांचे हार, पडलेल्या पाकळ्या, कुठे तरी अत्तरगुलाबदाणी.

मंदा निःश्वास सोडते. केशव उरलेला डबा आत घेऊन जातो. श्रीधर फोनवर बोलत असतो. हा आलोच, म्हणून फोन बंद करतो व मंदाला 'मंदा, हा आलोच हं इतक्यात' म्हणत बाहेर जातो.)

मंदा : काय रे, पाहिलीस का सारी प्रेझेंट्स?

केशव : जी. बघितला. काय मस्त पिरझेंट हायत, अवो. एकेकावर डोळं ठरंनात.

मंदा : आणि तो पी. पी. ॲन्ड कं. कडून आलेला चायना डिनरसेट आहे ना, जपून ठेव, बाबा. त्यातला एक जरी पीस गेला, तरी परत मिळायचा नाही. सारा सेट बाद होईल.

केशव : जी. पीपीकोचं पीस. म्हंजी कोंबड्याचं पंख? हे वो, कोनत्या सेटनी दिलंन?

मंदा : अगदीच हा आहेस, बघ. (हसत) अरे, तो नक्षीचा कपबश्यांचा सेट.

केशव : तो व्हय? राकशेसांची चित्रा असलेली व्हय?

मंदा : हो. त्याच्यासाठी डायनिंग हॉलमध्ये एक कपाट करून

घ्यायला हवं.

केशव : व्हय व्हय, बाईसाब. तसंच करू या. जिम्मेदारीची वस्तू तशीच ठिवाया पायजे. एकादी पिलेट फुटली, तर सगळं बाद.

मंदा : होय नं. ते करू आपण. आज फार त्रास झाला तुला. खूप धावपळ झाली.

केशव : न्हाई, बा. तरास कसला? आज लई बेस वाटलं. यवडी मानसं आली, हौसंनं बोलली, बसली. घर भरून गेलं. पंचवीस वर्सं संसार केलासा चीज झालं. सांजच्यापासनं रीघ लागली व्हती मानसांची.

मंदा : माणसं जोडली, की येतात. आता ते दिवस आठवले, तरी अंगावर शहारे येतात. एकदा तर सत्त्वपरीक्षाच झाली. घरात काही म्हणजे काही नव्हतं आणि हे आले, की दहा-बारा जणांचं लटांबर घेऊन. करणार काय? हातातली सोन्याची बांगडी उतरली आणि आणलं सामान.

केशव : आनी?

मंदा : आणि काय? रात्री सांगितलं, तर हे हसून म्हणाले, बरं झालं, सत्कारणी लागला दागिना.

केशव : अन्नपूर्ना झालासा, बाईसाब. म्हणून आज देवानं घर भरलं.

(नाना प्रवेश करतात. केशव बॉक्स घेऊन जातो.)

मंदा : मामंजी, आज कितीतरी लोक आले होते.

नाना : हो, ना!

मंदा : पण तुम्ही मात्र भाग घेतला नाही पार्टीत.

नाना : घ्यायला हवा होता?

मंदा : म्हणजे काय? एवढे बाहेरचे येतात. घरच्यांनी येऊ नये?

नाना : सूनबाई, आम्हा म्हाताऱ्यांना असल्या समाजात वावरणं फार कठीण जातं. आम्ही आलो, तर अडचण होते. आमच्याबरोबर काय बोलावं, हे कुणाला सुचत नाही. बरं, आम्ही बोललो, तर पटत नाही. वयाचं अंतर-पिढीचं अंतर पडतं.

मंदा : म्हणून का आत बसून राहायचं? मामंजी, रागावू नका; पण अलीकडे पाहते, तुम्हाला या कशातच समाधान वाटत नाही.

नाना : *(नि:श्वास सोडून)* खरं आहे ते.

मंदा : त्या रत्नागिरीच्या खुराड्यातून चांगलं मुंबईला आलो. एवढं

घर भरलेलं; पण त्याचं काहीच नाही तुम्हाला.

नाना : सूनबाई...

मंदा : कधीही काही आनंदानं विचारायला जावं, तर नेहमी काहीतरी कुजकं बोलून त्यावर पाणी टाकायचं. आज वाढदिवस म्हणून दोघं पाया पडायला आलो, तर आशीर्वाद देऊन सांगितलंत काय? सारं मिळवलंस, समाधान मिळतं का, पाहा.

नाना : मग काय वाईट सांगितलं, सूनबाई?

मंदा : पण ते आजच्याच शुभमुहूर्तावर सांगायची गरज होती का?

नाना : कुठंतरी पीळ पडतो, म्हणून माणूस बोलून जातो.

मंदा : कसला पीळ? तुमच्या मनात काय आहे, ते सांगून टाका ना.

नाना : आज कशाला हवा आहे तो विषय? बोलू केव्हातरी.

मंदा : केव्हातरी बोलायचंच ना? मग आजच बोला. आज फार समाधान वाटतंय. खूप आनंद झालाय. तुमच्या बोलण्यानं तो जरा कमी होईल.

नाना : काय बोलतेस? तुमचं सुख पाहवत का नाही मला? आता, या म्हाताऱ्यावर कष्टी होऊ नका. किती दिवस उरलेत माझे? जे असतील, ते दिवस तुमचा खरा आनंद पाहण्यात जावेत, एवढंच मी देवाजवळ मागतो. जरी तेवढं समाधान परमेश्वरानं दिलं, तरी पुष्कळ झालं.

मंदा : हो; पण समाधान बाजारात मिळत नाही. ते मानण्यावर अवलंबून असतं.

नाना : मी तरी दुसरं काय विचारतो? या साऱ्यात तुम्हाला समाधान आहे का?

मंदा : अलबत!

नाना : हं, सूनबाई, जगाला फसवता येईल; पण स्वतःला फसवता यायचं नाही. आज आलेल्या कष्टी माणसांकडे पाहिलं. बरं वाटलं नाही.

मंदा : कष्टी माणसं? आज आलेली? ते तर यांचे प्रतिष्ठित स्नेही, अगत्यानं आलेले.

नाना : अगत्य खरं; पण ते श्रीधरचं नव्हे. त्याच्या जागेचं. तुमच्या लग्नाच्या वाढदिवसाला एवढ्या भारी किमतीच्या भेटी द्यायचं त्यांना काय कारण? त्यांचे कोण तुम्ही?

मंदा : नाना.

नाना	: *(शांतपणे)* जरा विचार कर. संसार तुम्ही केलात, ते का जगावर उपकार केलेत? मित्र बोलावले, तर त्या देवस्थळीला का नाही बोलावलं? रत्नागिरीच्या गरिबीच्या दिवसांत हरघडी वहिनी म्हणून येणारा आणि तू भावोजीचं कौतुक करणारी. आजच्या प्रसंगी आठवण व्हायला हवी होती, ती त्याची; *(उपरोधाने)* पण तो कसा येणार? तो गरीब, साधा कारकून. तोही श्रीधरच्या हातांखालचा. तो आला, तर चारचौघांत श्रीधरची पोझिशन...
मंदा	: *(हेटाळणीने)* बोला. थांबलात का? *(त्राग्याने)* मला माहीत आहे, या घरात माझा काही अधिकार नाही, ते. मी कोण तुमची? मी परक्या घरची ना?
नाना	: *(प्रेमळपणे)* सूनबाई, असा त्रागा करू नकोस. अगं, तू म्हणजे घरची लक्ष्मी. रत्नागिरीच्या कष्टी जीवनात तुझ्या नुसत्या हसण्यानं समाधान भरून जायचं. कसली कमतरता भासायची नाही. तीच तू. आज तुझ्याकडं पाहिलं, तर खरंसुद्धा वाटायचं नाही.
मंदा	: *(रागाने)* माहीत आहेत लक्ष्मीची लक्षणं. ते सुख भोगलंय मी. घरी आलेल्यांची उष्टी-खरकटी काढून, भांडी घासून हाताला घट्टे पडलेत माझ्या. चुकून नशिबानं हात दिला, परत घरात सुख आलं, जरा विसावा मिळाला, तर ते पाहवत नाही तुम्हाला. मला माहीत आहे. तुम्हाला काय हवं, ते. आमचं वैभव तुम्हांला पाहवेनासं झालंय. ते कधी जाईल, असं झालंय.
नाना	: खरं आहे; पण अंधळेपणानं नुसतं वैभव साठवून काय करतेस, सूनबाई. त्याबरोबर जरा मायेच्या माणसांकडे नजर वळव ना.
मंदा	: तेवढं शिकायचं बाकी राहिलंय.
नाना	: आता ते शिकवता येईल, असं वाटत नाही. दोन दिवस झाले, सुभाष घरी नाही; पण तो कुठं आहे, याची कुणाला काळजी आहे?
मंदा	: *(बेफिकिरीने)* गेला असेल मित्रांकडे. नेहमीच जातो.
नाना	: आज तुमच्या लग्नाचा वाढदिवस ना? आज मुलाची आठवण कशी येणार? आणि का यावी?

(सौ. सालकर येतात. त्या बैचेन आहेत. मंदाचे लक्ष त्यांच्याकडे जाते. मंदा क्षणात हसरी बनते.)

मंदा : या ना. या. आज पार्टीला आला नाहीत. वी ऑल मिस्ड यू. आम्हाला फार जाणवलं.

सालकर : *(काहीशा घुमेपणाने)* इथं उषा आली होती?

मंदा : नाही, का?

सालकर : जेवढ्या तिच्या मैत्रिणी, तेवढ्यांकडे फोन केले; पण पत्ता नाही.

नाना : सकाळपासून घरी नाही?

सालकर : दोन दिवस नाही. आम्हाला वाटलं. गेली असेल मैत्रिणींकडे! पण निदान फोन तरी करते. सुभाष कुठं आहे?

मंदा : बसा ना.

सालकर : *(लक्ष न देता)* सुभाष कुठं आहे?

मंदा : तो घरी नाही.

सालकर : केव्हा येईल?

मंदा : दोन दिवस झाले. तोही घरी नाही.

सालकर : वाटलंच मला. नाना, तुम्हाला माहीत आहे?

नाना : *(खांदा उडवीत)* मला माहीत असलं काय, नसलं काय. मुलं तुमची.

सालकर : ते मला सांगू नका. येऊ दे तर खरी. नाही सालटी लोळवली, तर नाव नाही सांगणार! हे तुमच्या सुभाषचंच काम असलं पाहिजे. फूस लावून पोरी पळवायचे धंदे करतो.

मंदा : नाही, हो. मला यातलं काहीच माहीत नाही. आमचा सुभाष असलं काही करणार नाही.

सालकर : काही सांगू नका. आमच्या उषेला सुभाषनंच फितवलं असलं पाहिजे!
आय ॲम शुअर.

नाना : नाही, मिसेस सालकर. यू आर रॉंग. तुम्ही चुकता आहात. उषा केवढी स्मार्ट. दिसेल ते कसं चटकन पिक अप करते आणि उषा ट्विस्ट पण किती छान करते. बघितलीत ही ट्विस्ट? करा कौतुक! दोन दिवस मुलं घरात येत नाहीत आणि घरचे आई-बाप आपल्या मोठेपणात मशगूल. आज

डोळे उघडलेत.

सालकर : मोकळेपणा दिला, तो असं वागण्यासाठी नव्हे.

नाना : रांगणारं मूल नेहमी दिव्याकडेच झेप घेत असतं, म्हणून त्याला दिव्याला स्पर्श करू द्यायचा नसतो. जिथं तुमच्या वयाच्या माणसांना जबाबदारीनं वागता येत नाही; तिथं वाऱ्यावर सोडलेल्या त्यांच्या अवखळ मुलांनी काय करावं?

सालकर : मला काहीच समजेनासं झालं आहे! ही दोघं काही भलतसलतं करतील, अशी भीती वाटते.

नाना : कसली भीती? ही जी भीती वाटते ना? ती समजून घ्या. जीवनात नुसत्या शिक्षणानं, वाचनानं, अनुकरणानं माणूस घडत नाही. बुद्धी गहाण ठेवून, दिसेल त्याचं अनुकरण करीत सुटलं, की मॉडर्न म्हणत नाहीत.

सालकर : हे बौद्धिक मला ऐकायचं नाही. मला माझी मुलगी हवी आहे. मंदाकिनीबाई, याचे परिणाम बरे होणार नाहीत.

मंदा : अहो, पण मी काय करणार?

सालकर : हवं ते करा. जर काही घडलं, तर लक्षात ठेवा. माझ्याशी गाठ आहे.

मंदा : *(संतापून)* फार ऐकलं मी. मुलगी तुमची नाहीशी झाली. आता मला कशाला दम देता?

सालकर : कुणाशी बोलता तुम्ही? पायरीनं बोला. सालकर म्हणजे तुमच्या बरोबरीचे नव्हेत. आयएएस ऑफिसर आहेत, म्हटलं. विस्तवाशी खेळ खेळू नका.

मंदा : हो. समजलं. सालकर मोठे असले, तर आपल्या घरी. ते इथं नका सांगू. एवढी प्रतिष्ठा होती, तर मुलीला घरी ठेवायचं होतं. बरणीतल्या लोणच्यासारखी.

सालकर : *(संतापाने थरथरत)* यू... यू...

(नरेंद्र आत येतो. त्याला आलेला पाहून नाना कपाळाला आठ्या घालतात. निघून जातात. नरेंद्र पुढे येतो.)

नरेंद्र : येस मिसेस सालकर, मला काही म्हणालात? मी काय करू आपल्यासाठी?

सालकर : तुम्हाला कुणी काय म्हटलं? आत येताना निदान नॉक तरी करून यायचं. तेवढंही समजत नाही? दिसलं मोकळं दार,

आले आत. *(नरेंद्र थक्क होतो.)*

नरेंद्र	: मिसेस सालकर, संधी मिळाली, तर तुमच्याकडे मात्र जरूर नॉक करेन मी. अहो, पण व्हॉट इज दि प्रॉब्लेम? काय, झालं काय?
मंदा	: आमचा सुभाष दोन दिवस घरी नाही. तुम्हाला काही माहीत आहे?
नरेंद्र	: नाही, बुवा.
मंदा	: या म्हणतात, उषाही घरी नाही. कुठं गेले असतील?
नरेंद्र	: सुभाष नाही. उषा नाही... दोन दिवस? *(दोघी एकाच वेळी मान हलवतात. मोठ्याने हसतो.)* मग काळजीचं काय कारण? कुठं का असेनात? उषा सुभाषजवळ आहे.
मंदा	: अहो, पण -
नरेंद्र	: भाभी. श्रीमंत मॉडर्न आई-बापांची मुलं घराबाहेर दोन-तीन दिवस राहणं, हे काही जगावेगळं नाही. कांचनाचं पाठबळ असलेल्यांनी कंचुकीशी खेळ खेळणं हे अगदी स्वाभाविक आहे.
सालकर	: *(रागाने)* शट अप. निर्लज्ज...
मंदा	: *(न आवडून)* मि. नरेंद्र... *(त्याच रागात सालकर जातात.)* काय करावं, आता? खरंच सुभाषनं तसं काही केलं असलं, तर? तोंड दाखवायला जागा राहणार नाही.
नरेंद्र	: भाभी. तसं म्हणजे काय, भाभी? माफ करा. समजा, तसं झालंच, तर काही काळजी करू नका.
मंदा	: आँ? म्हणजे?
नरेंद्र	: भाभी. तसं झालंच, तर... तर, दैवानंच हात दिला, असं समजा.
मंदा	: अहो, काय बोलता काय?
नरेंद्र	: आता सालकर जाते कुठं? त्यांची पोर आता लफड्यात सापडलेली. सुभाषनं स्वीकार करावा, म्हणून पाया पडत येईल.
मंदा	: काय?
नरेंद्र	: अहो, काय, बघा तरी. सालकर सुतासारखा या दारात येईलच. म्हणेल त्याला कबूल होईल. पाच-पंचवीस हजार रुपये काढल्याशिवाय मान हलवू नका.
मंदा	: *(संतापाने त्याच्याकडे पाहत, पण सावरून)* तसल्या पैशांची गरज नाही मला.

नरेंद्र : *(खांदा उडवून)* राहिलं. माझं काय? दाखवून द्यायचं काम माझं.

मंदा : पण हे साहेबांच्या कानांवर कुणी घालायचं?

नरेंद्र : मी सांगू?

मंदा : नको, प्लीज...

नरेंद्र : राहिलं. साहेबांच्या कानांवर आपोआप जाईल. ते काय लपून राहणार आहे थोडंच? *(बेल वाजते. नरेंद्र दार उघडतो. नरेंद्र ओरडतो.)* भाभी, आले.

मंदा : कोण? *(सुभाष सावकाश आत येतो. सुभाषला बघताच मंदाचा सारा क्रोध उफाळून येतो.)* कुठं होतास दोन दिवस?

सुभाष : मित्राकडे.

मंदा : आणि उषा?

सुभाष : तीही तिथंच होती. *(मंदा तोंडात मारते.)*

मंदा : निर्लज्ज, लाज नाही वाटत सांगायला? मुलं असावीत, ती घर उजळणारी. नावलौकिक वाढवणारी. तुझ्यासारखी करंटी नव्हेत.

सुभाष : पण, आई...

मंदा : काही बोलू नकोस. मवाली! तुझं तोंडही पाहण्याची इच्छा नाही. जा, चालता हो घरातून! *(सुभाष संथपणे फिरतो. नाना येतात.)*

नाना : थांब सुभाष. सूनबाई.

मंदा : तुम्ही यात लक्ष घालू नका.

नाना : उद्धटपणा करू नकोस. विचारलेल्या प्रश्नांची उत्तरं दे. तू त्याला मारलंस?

मंदा : हो, मारलं. माझा मुलगा आहे तो. वाटल्यास जीव घेईन त्याचा!

नाना : सूनबाई, जन्म देणं सोपं आहे, जीव घेणं नाही. वैभवानं ही ताकद तुझ्यात आली, असं वाटतं तुला?

नरेंद्र : अरे, व्वा. नाना, तुम्ही आणि या रोमिओच्या बाजूनं?

(नानांची जळजळीत नजर नरेंद्रवर खिळते.)

नाना : सुभाष, याला हाकलून दे.

सुभाष : *(अस्तन्या वर करीत)* मि. नरेंद्र...

नरेंद्र : दॅट इज इन्सल्टिंग. भाभी...

मंदा : सुभाष, थांब. त्यांनी बाहेर जायचं कारण नाही.

नाना	: घरच्या खासगी गोष्टी चालल्या असताना परक्यांची इथं काही आवश्यकता नाही.
नरेंद्र	: मी आणि परका? याचे परिणाम बरे होणार नाहीत. साहेबांना कळलं, तर...
नाना	: अरे, जा. तुझ्या साहेबाचा बाप आहे मी. तुझ्यासारखा त्याचा हातांखालचा कारकुंडा नव्हे. सुभाष, बघतोस काय? दे त्या माकडाला हाकलून.
नरेंद्र	: माकड... मंकी... *(तोच सुभाष त्याला पकडतो. तो अहो, अहो म्हणत असता त्याला घराबाहेर घालवतो. दार लावून घेतो.)*
मंदा	: *(त्वेषाने)* मामंजी, काय शोभा मांडलीत ही?
नाना	: मी शोभा मांडली नाही. तू मांडलीस. घरची लक्तरं वेशीवर मांडायला उठली होतीस. ती फक्त मी थांबवली.
मंदा	: नातवाची कड घेऊन मारे उठलात; पण त्यानं काय गुण उधळलेत, माहीत आहे?
नाना	: सुभाष, सांग तिला. आता तरी भेकडपणा सोड.
सुभाष	: आई, आम्ही लग्न केलं आहे.
मंदा	: लग्न केलंत? *(अवाक होऊन त्याच्याकडे पाहते.)*
नाना	: हो. दोघंही सज्ञान आहेत. अगदी शास्त्रोक्त पद्धतीनं, देवाधर्माच्या साक्षीनं, माझ्या आशीर्वादानं.
मंदा	: काय केलंत, मामंजी. मला या जगात तोंड दाखवायला जागा राहिली नाही. *(रडू लागते.)*
नाना	: सूनबाई, रडतेस का? आज तुमच्या लग्नाचा वाढदिवस. तुम्ही असंच लग्न केलं होतंत ना? पिढी बदलली, म्हणून काय झालं? माणसांच्या भावना त्याच असतात. *(मंदा डोळे टिपते, संतापते) (बेल वाजते.)* तुझ्या लक्षात...
	(बेल अखंड वाजते, सुभाष दार उघडतो. संतप्त श्रीधरपाठोपाठ नरेंद्र येतो. सुभाषकडे पाहून नरेंद्र टॉय सारखा हात करतो.)
श्रीधर	: *(तिघांवरून नजर फिरवीत)* तुम्ही नरेंद्राचा अपमान केलात? ते माझे पी.ए. आहेत, माहीत नाही? हाऊ कुड यू डेअर? कुणी केलं हे, सुभाष?
नाना	: मी केलं.

श्रीधर : नाना, तुम्ही?

नाना : हो.

श्रीधर : नरेंद्र हे माझे पी.ए. आहेत.

नाना : ते ऑफिसात. हे घर आहे. त्याची मी माफी मागावी, अशी का तुझी इच्छा आहे? मी त्याचे पाय धरावेत, अशी का तुझी अपेक्षा आहे?

श्रीधर : पण का केलंत? त्यांचा काय गुन्हा?

नाना : दुसऱ्यांच्या खासगी गोष्टीत परक्यांनी लक्ष घालू नये, हे त्याच्या ध्यानी आलं नाही.

श्रीधर : कमाल आहे! एकेक नवीन प्रॉब्लेम निर्माण करता, बुवा! नरेंद्र, आय ॲम सॉरी. मला सध्या तरी यात लक्ष घालायला सवड नाही. *(सर्वांकडे पाहून)* आता कृपा करून एक-दोन क्षण आम्हाला निवांतपणे स्वस्थ बसू द्याल का?

(सुभाष, नाना, मंदा वेगवेगळ्या वाटेने आत जातात.)

श्रीधर : नरेंद्र, आय ॲम सॉरी. प्लीज ट्राय टू अंडरस्टॅन्ड.

नरेंद्र : साहेब, जाऊ द्या ना. मला समजतं. माझ्या मनात काही नाही.

श्रीधर : इट इज व्हेरी काइंड ऑफ यू. हं फार वेळ झाला आहे. सांगा पाहू.

नरेंद्र : बहुतेक वरळीच्या प्लॉटचं काम होईल, असं वाटतं.

श्रीधर : *(आनंदानं)* दॅट्स गुड. कितीपर्यंत सुटेल?

नरेंद्र : पन्नास-बावन्न हजारांपर्यंत.

श्रीधर : जास्त नाही वाटत?

नरेंद्र : साहेब, उद्या हाच प्लॉट विकला, तर लाख येतील.

श्रीधर : पण हाऊ टू ॲडजस्ट फिफ्टी थाऊजंड्स?

नरेंद्र : भाभींच्या अकाऊंटवरचे.

श्रीधर : नो, नो. त्याला हात लावून जमायचं नाही. तुम्ही शेटजींचे वसूल केलेत?

नरेंद्र : साहेब, ते जरा बिथरलेत. आता फारसं देतील, असं वाटत नाही.

श्रीधर : ते माझ्यावर सोपवा. त्यांचं फॉरेन प्लॉटचं काम अजून झालं नाही.

नरेंद्र : नाही, ते तसंच पेंडिंग ठेवलंय.

श्रीधर : दॅट्स गुड.

नरेंद्र	:	साहेब, फोन करून बघा ना.
श्रीधर	:	हो, पण घरी असतील?
नरेंद्र	:	या वेळी घरीच असतात.
श्रीधर	:	त्यांना आठवण द्यायलाच हवी. *(हसत श्रीधर उठतो, डायल फिरवतो.)* हॅलो. मी श्रीधर बोलतोय. शेठजी आहेत? अरे, तुम्हीच बोलता होय? आवाज ओळखला नाही. शेठ, आज फार वाट पाहिली. आपण आला नाहीत... छान झाला कार्यक्रम... दॅट्स ऑल राइट... मी समजू शकतो. फोन ना? फोन एवढ्यासाठीच केला होता, की आपलं काम तयार झालं आहे. माझी सही झाली, का झालंच... वा वा... असं कसं? आपलं काम करायचं नाही, तर कुणाचं करायचं? हो ना... हो पण... माझं काम आपण केलं नाही... नो, नो, दॅट इज नॉट फेअर... साठी खाली बोलूच नका. आपल्याचमुळं हे शहाणपण आलं. ठीक आहे. जरूर करतो; पण तेवढं कराच!

(फोन ठेवतो, खुशीत येतो.)

नरेंद्र	:	काय म्हणतात शेठ?
श्रीधर	:	कुणी बसलंय, वाटतं! त्याच्यादेखत असल्या गोष्टी बोलणं कठीण जातं. पाच मिनिटांनी फोन करायला सांगितलं आहे. पाच मिनिटांनी करू; पण होईल काम? केशव, *(केशव येतो)* चहा घेऊन ये. *(केशव जातो.)*
नरेंद्र	:	साहेब, तुम्हाला म्हणूनच हा मगनलाल सुतासारखा आलाय. याच्यासारखा मग्रूर माणूस अख्ख्या मुंबईत नाही.
श्रीधर	:	पोझिशननं राहिलं, की सारे मानतात. लक्षावधी रुपये मिळवतात. हजारो जरा बाजूला टाकले, तर काय बिघडतं? मला सोडून त्यांना परवडायचं नाही. *(बेल वाजते, नरेंद्र जाऊन दार उघडतो, विचारतो.)*
नरेंद्र	:	देवस्थळी, का आला होतात?
देवस्थळी	:	साहेबांना भेटायचं होतं.
नरेंद्र	:	या वेळी?
श्रीधर	:	कोण आहे, नरेंद्र?
नरेंद्र	:	आपला क्लार्क, देवस्थळी.

श्रीधर	:	अरे, येऊ दे. बोलाव त्यांना. *(देवस्थळी येतो. नमस्कार करतो.)* या देवस्थळी, बसा.
देवस्थळी	:	नको, साहेब, उभाच राहतो.
श्रीधर	:	अहो, बसा. हे लोकराज्य आहे. ऑफिसात मी साहेब. इथं तुम्ही माझे मित्र. खरं की नाही, नरेंद्र?
नरेंद्र	:	साहेब, हा तुमचा मोठेपणा.
श्रीधर	:	हा काही माझा मोठेपणा नाही, नरेंद्र. देवस्थळ्यांचे, आमचे फार जुने संबंध. कुठंही, चळवळीत असलो, तरी घरची काळजी नसायची. देवस्थळी आहेत, म्हणजे घराकडं बघायला नको. नानांचा तर भारी लोभ यांच्यावर.
नरेंद्र	:	अरे वा! हे मला माहीत नव्हतं.
श्रीधर	:	आणि घरचे म्हणून कामात ढिलाई नाही. यांचं काम नेहमी चोख असतं.
नरेंद्र	:	ते मात्र मला माहीत आहे. काही महत्त्वाची तशी बाब असली, की सरळ त्यांच्याकडेच पाठवतो.
श्रीधर	:	मि. देवस्थळी...
देवस्थळी	:	साहेब.
श्रीधर	:	काही काम होतं का?
देवस्थळी	:	नाही, साहेब.
श्रीधर	:	मग आमच्या विरुद्ध नानांकडे काही खास तक्रार तर नाही ना?
देवस्थळी	:	नाही, साहेब. आपला लग्नाचा वाढदिवस म्हणून...
श्रीधर	:	कुणी सांगितलं?
देवस्थळी	:	नाना भेटले होते. त्यांनी सांगितलं. मघाशी येऊन गेलो; पण फार लोक होते, म्हणून परत आलो.
श्रीधर	:	बरं झालं. तुम्ही आलात, फार बरं वाटलं. *(केशव चहा घेऊन येतो. तिघे पाहून दचकतो. तसाच ट्रे घेऊन येतो. एक कप नरेंद्रला देतो. दुसरा श्रीधरला द्यायला जातो. श्रीधर देवस्थळ्यांकडे बोट करतो.)*
देवस्थळी	:	मला नको, आपण घ्या.
श्रीधर	:	घ्या, हो. माझा फार चहा झाला आहे. *(देवस्थळी चोरासारखा खुर्चीच्या कडेला बसतो. चहा गडबडीने पितो. कप ठेवून उठतो. खिशातून पुडा काढतो. पुढे धरतो.)* हे काय?
देवस्थळी	:	आपल्या पुळ्याच्या गणपतीचा अंगारा. परवा मुलगा गेला

होता. येताना घेऊन आला.

श्रीधर : वा! वा, छान! घ्या. नरेंद्र घ्या. तुमचा विश्वास आहे ना?

नरेंद्र : *(गडबडीने उठत)* आहे ना, साहेब. *(अंगारा घ्यायला जातो.)* *(हाताचा धक्का लागून पुडी पडते, अंगारा सांडतो. देवस्थळी ते पाहून व्यथित होतो. अंगारा गोळा करायला वाकतो.)* आय ॲम सॉरी.

श्रीधर : राहू दे. देवस्थळी, केशव साफ करील ते. केशव... *(केशव येतो.)* तेवढं टेबल साफ कर.

केशव : ही हो कुटनं राख आली? *(वर पाहत)* वरून पडली, वाटतं! *(झटकायला फडके वर उचलतो.)*

देवस्थळी : नाही, केशव. आपल्या पुळ्याचा अंगारा आहे तो.

केशव : *(व्यथित होतो)* आत्ता! *(अंगारा हाताने पुसतो व कपाळाला लावतो. हळुवार हाताने टेबल साफ करतो. तो जायला निघतो.)*

श्रीधर : केशव, नानांना म्हणावं, देवस्थळी आलेत. *(केशव नानांना हाक मारतो.)*

नाना : *(आतून)* काय रे?

केशव : देवस्थळी आल्यात. *(नाना दाराशी येतात.)*

श्रीधर : नाना, देवस्थळी आलेत. तुम्ही सांगितलं होतं, वाटतं.

नाना : हो.

श्रीधर : देवस्थळी, जा ना. जाताना मंदाला भेटल्याखेरीज जाऊ नका, नाहीतर रागावेल ती. *(देवस्थळी नानांच्या बरोबर जातात.)* नरेंद्रला पाच मिनिटं झाली असतील, नाही? *(हसत उठतो, डायल फिरवतो)* हॅलो... श्रीधर स्पीकिंग... नमस्ते शेठ. मग काय झालं? कशाचं? चेष्टा करीत नाही ना. आपली कामं अद्याप आहेत. विसरलात वाटतं? मग त्याचं काय? तितकी सरळ नाहीत ती. साठ हजार हवेत आता. नाहीतर आपली कामं होणार नाहीत. लेट अस बी स्ट्रीक्ट इन बिझिनेस... *(श्रीधर हसतो.)* मग माझी काही तक्रार नाही. केव्हा पाठवू. आत्ता? ठीक पाठवतो. दॅट्स ऑल राईट. येस सर? *(फोन ठेवतो. नरेंद्राला किल्ली देतो.)* नरेंद्र, माझी गाडी घ्या. शेठजींच्या कडे जा. साठ हजार देतील. ते घेऊन या.

नरेंद्र : *(हसत)* ठीक आहे.

श्रीधर : मी वाट पाहतो आणि थांबा... माझी ब्रीफकेस घेऊन जा.

(नरेंद्र थांबतो. श्रीधर वळतो. आतून नाना, देवस्थळी येतात. श्रीधर आत जाऊन ब्रीफकेस आणून नरेंद्रला देतो, नरेंद्र जातो.)

श्रीधर : काय देवस्थळी, निघालात?

देवस्थळी : फार वेळ झाला, साहेब.

श्रीधर : कसे जाणार?

देवस्थळी : लोकल मिळेल, साहेब.

श्रीधर : वा. असं कुठं झालंय? सोडू नका त्यांना. माझी गाडी एवढ्यात येईल. आली, की सोडायला सांगतो.

नाना : देवस्थळी, थांब बाबा. वरिष्ठांचा हाही एक आज्ञेचाच प्रकार असतो.

श्रीधर : नाही हं, नाना. देवस्थळी त्यातले नव्हेत. मी कालच त्यांची हेडक्लार्कसाठी शिफारस केली आहे; पण आज सारे गेलेत कुठं? मंदा, सुभाष... *(मंदा, सुभाष येतात)* सुभाष, अरे, तुझा पत्ता कुठं आहे? आणि, मंदा, तू आत काय करतेस?

मंदा : शांतपणे बोलायचं होतं ना?

श्रीधर : कमाल आहे तुम्हा बायकांची. एरवी जीव तोडून कानीकपाळी ओरडत असतो, पण ते वाऱ्यावर सोडून देता आणि नेमकं चुकून बोललेलं वाक्य, तेच तेवढं लक्षात ठेवता. ये ना. कशात गुंतलीस एवढी?

मंदा : *(प्रसन्न होते)* संसाराखेरीज गुंतणार कशात? घरभर सारं जिथल्या तिथं पडलं होतं. वेळ मिळाला, म्हणून सावरत होते.

श्रीधर : आम्ही संसार विस्कटावा आणि तुम्ही बायकांनी तो सुधारून घ्यावा, ही परंपराच आहे. बघ तरी, कोण आलंय ते. तुला न भेटताच जात होते.

मंदा : खरं, भा ऊ जी...

देवस्थळी : नाही, वहिनीसाहेब, आपण कामांत होतात, म्हणून...

मंदा : असं परक्यासारखं नाही वागायचं हं...

श्रीधर : सांग, सांग. मी तेच सांगत होतो. काय सुभाष, काय म्हणतं तुझं कॉलेज? तुझी लॅम्ब्रेटा लवकरच येईल हं. मग मला लिफ्ट देणार, की नाही?

सुभाष : दादा, तुमची गाडी असताना...

श्रीधर	: *(हसतो)* अरे, कुठली गाडी. तुझ्या आईनं दिली, तर मिळणार; पण तू तरी कुठला लिफ्ट देणार, म्हणा. तू नेणार तुझ्या एखाद्या मित्राला, नाहीतर उषाला. *(मंदा कावरीबावरी होते.)*
मंदा	: मी सगळ्यांनाच फ्रूट ज्यूस सांगून येते.
श्रीधर	: देवस्थळी, मंदानं नवा फ्रूट-क्रशर आणलाय. त्यामुळं अलीकडं कुणीही आलं, की फ्रूट ज्यूसखेरीज बात नाही.
मंदा	: मग नको का?
श्रीधर	: झालं, बिघडलं. या घरात आमच्या थट्टेला जागाच नाही. खरंच मंदा, चालेल तुझं सरबत.
मंदा	: केशवला सांगून येते. *(मंदा जाऊ लागते.)*
श्रीधर	: अगं, पण तू कशाला आत जायला हवं? फार दमली आहेस. बैस जरा.
देवस्थळी	: साहेब, मीच जाऊन सांगतो केशवला. त्याच्यासाठीही अंगारा आणलाय. तोही देतो. *(असे म्हणत आत जायला लागतो.)*
नाना	: अरे जगू, मला नाही दिलास तो?
देवस्थळी	: हो, विसरलोच बघा. घ्या ना.
नाना	: चल ये. दे. *(दोघेही आत जातात.)*
	(मंदा बसते. सुभाष मागे गॅलरीत जातो. दादा कुठेतरी पाहत राहतात. श्रीधर सिगारेट पेटवतो. कुणीच बोलत नाही.)
श्रीधर	: आज असे सगळेच अबोल का? *(सारे केविलवाणे हसतात.)* मंदा, आज फार श्रम घेतलेस; पण मंदा, आज तुझ्या मिसेस सालकर कुठं दिसल्या नाहीत?
मंदा	: *(गोंधळून)* नाही... हो... आल्या असतील ना!
श्रीधर	: काय? आल्या होत्या?
मंदा	: नाही, त्या फार अस्वस्थ होत्या... नाही... म्हणजे, त्यांना बरं वाटत नव्हतं, असा त्यांचा निरोप आला. थांबा हं, केशवनं फ्रूट ज्यूसचं काय केलं पाहते. *(आत जायला उठते, तोच आतून काही फुटल्याचा आवाज येतो. घाबरलेला केशव बाहेर येतो.)* देवस्थळीही येतो. साऱ्यांची नजर केशववर खिळते.
मंदा	: काय झालं रे?
केशव	: बाईसाब?

मंदा	:	अरे, सांग ना.
केशव	:	तुमचा गुरू... रसाचं...
मंदा	:	काय झालं त्याचं?
केशव	:	फुटला.
मंदा	:	*(किंचाळते)* फुटला? यू इडियट! कसा फुटला?
श्रीधर	:	मंदा, *(मंदा थांबते)* अगं, जाऊ दे. फुटला, तर फुटला. दुसरा घेऊ. काचेचं भांडं. एक ना एक दिवस फुटायचंच. केशव, केशव जा तू. साऱ्या काचा फेकून दे. *(केशव व देवस्थळी आत जातात. इतक्यात बेल वाजते. कावरीबावरी झालेली उषा येते.)*
श्रीधर	:	उषा, ये. तुझ्याशिवाय कोरम पुरा होत नव्हता, बघ. *(उषा गोंधळलेली. सुभाषकडे जाऊ लागते. तोच सौ. सालकर प्रवेश करतात. उषेकडे पाहतात. ती मागे सरते.)*
सालकर	:	डोळा चुकवून इथं आलीस? लाज वाटली नाही इथं यायला? चल, चल म्हणते ना!
श्रीधर	:	मिसेस सालकर!
सालकर	:	तुम्ही गप्प बसा. *(उषेकडे वळून)* आता मुकाट्यानं चलतेस का? *(सालकर पुढे होतात. सुभाष आडवा जातो.)*
सालकर	:	बाजूला हो.
सुभाष	:	मम्मी. ती माझी पत्नी आहे आणि तिचा पती हजर असताना तरी तिच्यावर कुणी जुलूम करू शकत नाही. *(सालकर चपापतात. मागे सरतात.)*
श्रीधर	:	काय आहे हा प्रकार? कोण कुणाची पत्नी?
नाना	:	ही उषा आहे ना, ती...! ती आता तुझी सून आहे.
श्रीधर	:	माझी सून?
नाना	:	हो. सुभाषनं उषेशी लग्न केलं आहे.
श्रीधर	:	खोटं!
नाना	:	अगदी खरं.
श्रीधर	:	नाना, तुम्ही यांना लग्न करायला प्रोत्साहन दिलंत?
सालकर	:	हे, हेच. यांनीच लग्न करायला लावलं.
नाना	:	नाहीतर काय ट्विस्ट करायला लावायची होती? मला ते करावंच लागलं. श्रीधर, नुसते घरात पैसे आणून किंवा

नेत्रदीपक सामान भरून संसार उभा राहत नाही. मुलाचा बाप तू. मुलगा कुठं असतो, कॉलेजला जातो की नाही, अभ्यास कसा करतो, कुणाबरोबर फिरतो, याची कधी चौकशी केलीस? सालकर, तुम्ही उषेचं लग्न ठरवून मोकळ्या झालात; पण माहीत आहे तुम्हाला, ती जीव द्यायला निघाली होती, ते?

सालकर : जीव द्यायला?

नाना : हो, कारण तिचं प्रेम तुमच्या मॉडर्न कल्पनेइतकं उथळ नाही, म्हणून मला समजूत काढावी लागली. त्याचमुळं मला त्यांच्या लग्नाला उभं राहावं लागलं.

सालकर : फार चांगलं केलंत. उषा, तू येणार, की नाही? नाही आलीस, तर परत तोंड पाहणार नाही.

उषा : आई, मुलगी लग्न करून एकदा सासरी आली, की तिच्या आई-वडिलांची तोंडं तिला दुरावतात. ती कायमची दुरावली, असं समजेन मी.

नाना : सालकर, का छळता तिला? आता हेच तिचं घर आहे. हेच तिला जन्माला पुरणार आहे. सालकर, उषा इथंच राहणार आहे.

सालकर : मुळीच नाही. हे लग्न मला मान्य नाही. चोरून मारून केलेली लग्नं ही काय लग्नं आहेत? ही डिबॉचरी आहे.

उषा : ममी, शरम वाटायला हवी तुला. प्रत्यक्ष मुलीची विटंबना करताना!

नाना : हां, उषा, एकानं मर्यादा सोडली, म्हणून तू सोडू नकोस. तू या घरची सून आहेस.

उषा : म्हणूनच हे शब्द. नाना, तुम्हाला माहीत नाही. मम्मीनं माझं मंगळसूत्र...

नाना : काय?

उषा : होय नाना, तोडलं.

श्रीधर : मिसेस सालकर, तुम्ही हे केलंत?

सालकर : काळा पोत गळ्याला बांधला, म्हणजे मंगळसूत्र नाही होत.

श्रीधर : शट अप, मिसेस सालकर. सौभाग्यलक्षणाची विटंबना करताना स्वतःच्या गळ्यातल्या पोताचा विसर पडला तुम्हाला? नुकत्याच बोहल्यावर चढलेल्या मुलीच्या मंगळसूत्राला हात घातलात?

सालकर : मला सांगू नका. स्वतःच्या पायाखाली काय जळतं, ते बघा.

श्रीधर : मिसेस सालकर. हे सभ्यांचं घर आहे. कृपा करून तुम्ही

		जा. आलेल्या पाहुण्यांचा अपमान करण्याची माझी मुळीच इच्छा नाही. तुम्ही भलत्याच प्रतिष्ठेच्या आहारी गेला आहात.
मंदा	:	मिसेस सालकर. तुम्ही आता जा. कृपा करून जा आणि...
सालकर	:	जातेच मी; पण एकटी जाणार नाही. उषेला घेऊनच जाईन.

(नरेंद्र येतो. हातात ब्रीफ असते.)

श्रीधर	:	काम फत्ते?
नरेंद्र	:	होय, साहेब.
श्रीधर	:	साठ.
नरेंद्र	:	येस
श्रीधर	:	गुड. व्हेरी गुड. मंदा, ब्रीफ घेऊन आत जा.
सालकर	:	हे लग्न मी मोडणार आणि या गुंडाला...
नाना	:	अहो बाई, फार दिवे पाजळलेत. मी कोकणी माणूस आहे. माझं एकदा तोंड सुटलं, की आवरणं कठीण जाईल. उषा या घरची लक्ष्मी आहे. ती *(सर्व वस्तूंवरून बोट फिरवून)* या या लक्ष्मीसारखी चंचल नाही. *(गहिवरून)* ती... ती... माया गेली, तरी बेहत्तर; पण ही *(उषेकडे जात)* ही या वास्तूची पणती आहे. ती अशीच तेवत राहील.
सालकर	:	बस्स करा, नाना. हे कोकण नाही. मुंबई आहे. माझी उषा पणती होऊन जगत राहायला जन्माला आली नाही. उषा, तुला अखेरचं सांगते. हाच जर तुझा हट्ट असेल, तर यापुढं तू आम्हाला मेलीस आणि आम्ही तुला...!

(सालकर निघून जातात. उषा तोंड फिरवून हुंदके देते. मागून श्रीधर व मंदा येतात.)

श्रीधर	:	काय झालं, उषा? रडतेस? अगं, रक्ताची नाती-जन्माच्या गाठी, त्या अशा सोडतो, म्हणून कधी सुटत नाही. काही काळजी करू नकोस. सगळं काही ठीक होईल. हेही घर तुझंच आहे. ही माणसंही तुझीच. नानांचा आशीर्वाद कधी वाया जायचा नाही. तुझ्या आगमनानं माझं स्वप्न साकार झालं. साऱ्या इच्छा पुऱ्या झाल्या. खरोखरच आज मी तृप्त आहे. आज या घरात येताना तरी डोळ्यांत पाणी आणू नकोस, उषा.

जीवनाच्या सुप्रभाती
पाणी डोळा आणू नको
तू तृप्तता, गे, या घराची
आसवांनी भिजवू नको
उषा, खरंच आज मी तृप्त आहे.

देवस्थळी : साहेब, आज आपल्यातला कवी जागा झाला. फार बरं वाटलं.

(सगळे हसतात. इतक्यात बेल वाजते. नरेंद्र दार उघडतो. पोलीस येतात. सारेच अवाक होऊन राहतात.)

इन्स्पेक्टर : एक्सक्यूज मी फॉर माय इन्ट्रूडिंग, मि. रानडे, यू आर अंडर अरेस्ट!

(सर्वजण भेदरून जातात. देवस्थळी मागे गॅलरीत येतो.)

श्रीधर : ॲम आय अंडर अरेस्ट? व्हाय? व्हॉट? कोणत्या आरोपाखाली तुम्ही हे करता आहात?

इन्स्पेक्टर : लाच घेतल्याचा तुमच्यावर आरोप आहे.

(इन्स्पेक्टर दाराकडे पाहतो. शेठ मगनलाल आत येतात.)

श्रीधर : शेठ, तुम्ही आलात, बरं झालं.

(मगनलाल मिस्कीलपणे हसतो. श्रीधरचे डोळे विस्फारले जातात.)

श्रीधर : मगनलाल, तुम्ही हे केलंत?
मगनलाल : *(हसत)* लाच पाहिजेल होती ना?
श्रीधर : नमकहराम!
मगनलाल : मी नमकहराम? *(भेसूर हसतो)* इन्स्पेक्टरसाहेब, या देशभक्ताच्या तोंडी हे शब्द छान शोभतात, नाही? श्रीधर, नमकहरामाच्याच हातात हातकड्या पडतात. इन्स्पेक्टरसाहेब, तुम्ही तुमचं कर्तव्य करा. माल मिळेल. माझी खात्री आहे? *(श्रीधरकडे वळून)* व्याख्यानं ऐकायला मला सवड नाही. नरेंद्र -

(पडदा)